அன்னா

வாசு முருகவேல்

எதிர்
வெளியீடு

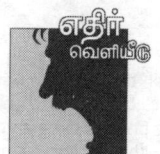

அன்னா
வாசு முருகவேல்
முதல் பதிப்பு: ஜனவரி 2025

எதிர் வெளியீடு,
96, நியூ ஸ்கீம் ரோடு, பொள்ளாச்சி - 642 002
தொலைபேசி: 04259 226012, 99425 11302

விலை: ரூ. 130

Anna
Vasu Murugavel

Copyright © Vasu Murugavel
First Edition: January 2025

Published by
Ethir Veliyeedu, 96, New Scheme Road, Pollachi - 2
email: ethirveliyedu@gmail.com
www.ethirveliyeedu.com

ISBN: 978-93-48598-09-7
Cover Design: Negizhan
Printed at Jothy Enterprises, Chennai.

All rights reserved. No part of this book may be reprinted or reproduced or utilised in any form or by any electronic, mechanical or other means, now known or hereafter invented, including photocopying and recording, or in any information storage or retrieval system, without permission in writing from the publisher.

எழுத்தாளர் யுவான் ரூல்ஃபோவிற்கு...

வாசு முருகவேல் (02/05/1984)

ஈழத்தின் யாழ்/நயினா தீவில் பிறந்தவர். தற்போது தமிழகத்தில் வாழ்ந்து வருகிறார்.

இவர் *ஜப்னா பேக்கரி*, *கலாதீபம் லொட்ஜ்*, *புத்திரன்*, *மூத்த அகதி*, *ஆக்காண்டி* ஆகிய நாவல்களை எழுதியுள்ளார்.

இவரது *ஜெப்னா பேக்கரி* நாவல் இன அழிப்பிற்கு எதிரான இஸ்லாமிய இளைஞர் இயக்கத்தின் முதல் நெருப்பு விருதையும், *மூத்த அகதி* நாவல் ஸீரோ டிகிரி & தமிழரசி அறக்கட்டளை நாவல் போட்டியில் இரண்டாவது பரிசையும் பெற்றது.

அன்னாவுக்கும் உங்களுக்கும்...

என்னுடைய மனதில் சொல்வதற்கான கதைகள் நிறைந்துள்ளன. அதனால் எழுதுவது என்பது என்னளவில் அன்றாடச் செயற்பாடுகளில் ஒன்றாகிவிட்டது. என்னுடைய கதைகளுக்கான வடிவம் என்பது நாவலுக்குரியதாக இருந்ததால் தொடர்ந்து அந்த வடிவத்தையே பயன்படுத்தி என்னுடைய கதைகளை எழுதிவந்திருக்கிறேன்.

என்னுடைய ஆக்காண்டி நாவல் மிகப்பெரிய தாக்கத்தை எனக்குள்ளும் ஏற்படுத்தியது. கட்டாயமான ஓர் இடைவெளி தேவைப்பட்டது. அது உருவாக்கிய உரையாடல்கள் என்னுடைய எழுத்து ஊழியத்திற்குத் தகுதியானதாக இருந்தது. அது ஒரு பெரும் மனநிறைவைத் தந்தது. நன்றி எதிர்வெளியீடு - அனுஷ்.

அன்னா என்ற கதையை எழுதத்தொடங்கும்போது அது நாவல் வடிவத்தையே கோருவதாக உணர்ந்தேன் என்றாலும் குறுநாவல் வடிவத்திலும் அதைப் பொருத்திவிடலாம் என்ற சவாலை ஏற்றுக்கொண்டேன். அது எனக்கும் ஒரு புதிய அனுபவத்தைத் தந்திருக்கின்றது. நீங்களும் அதை நிச்சயமாக உணர்வீர்கள்.

2009ஆம் ஆண்டு ஈழப்போரின்போது ஈழத்தின் தலைநகராக அதிகாரப்பூர்வமாக இயங்கி வந்த கிளிநொச்சி நகரைக் கைவிட வேண்டிய நெருக்கடியான சூழல் போராளிகளுக்கு ஏற்பட்டது. கிளிநொச்சியை ஒருபோதும் போராளிகள் கைவிடமாட்டார்கள் என்றே அனைவருக்கும் நம்பினார்கள். ஆனால் நடந்தவை

அதற்கு முற்றிலும் வேறாகவே இருந்தது. இலங்கை அரசின் படைகள் அங்கு நுழைந்தபோது கிளிநொச்சி வெறிச்சோடிக் கிடந்தது. போராளிகள், பொதுமக்கள் அனைவரும் தங்கள் கொண்டுபோக முடிந்த அனைத்தையும் எடுத்துக்கொண்டு அந்த நகரை விட்டு ஏற்கனவே முற்றிலும் வெளியேறியிருந்ததால் இராணுவம் பலத்த ஏமாற்றமடைந்தது. பாரிய யுத்தத்தை எதிர் கொள்ளப்போகும் நகராக விளங்கிய கிளிநொச்சி அனைவருக்கும் பலத்த ஏமாற்றத்தையே தந்தது. அதற்கு இலங்கை இராணுவமும் விதிவிலக்கில்லை.

யாருமற்ற அந்தச் சூன்யமான ஓரிரவில் தனிமைப்பட்டு நின்ற அன்னாவின் இரத்தமும் - சதையுமான, நினைவுகளும் - பிறழ்வுகளுமே இந்த நாவலின் மையமாகும். போரில் இவையெல்லாம் சாத்தியமா என்ற கேள்வியை போரில் வென்றவர்களும் - தோற்றவர்களும் எழுப்புவதில்லை. அசாத்தியங்களால் நிரம்பியதுதான் போர்!

இந்தக் குறுநாவலின் மையமாக பெண்ணே இருக்கின்றாள். மனித வாழ்க்கையில் மட்டுமல்ல போராட்டங்களிலும் பெண்கள்தான் மையமாக இருந்திருக்கின்றார்கள். அதனால் பேரிழப்புகளையும் அவமானங்களையும் சந்திப்பதும் பெண்கள்தான் என்பது மறுக்கமுடியாத கசப்பான உண்மை.

என்னுடைய படைப்புகளுக்கு தொடர்ந்து உரிய அங்கீகாரத்தை வழங்கி வரும் தமிழ் இலக்கிய உலகம் இந்த குறுநாவல் தொகுப்பையும் அங்கீகரிக்கும் என்ற நம்பிக்கை எனக்கு உண்டு.

— *வாசு முருகவேல்*
02/09/2024

போருக்குப் புதல்வரைத் தந்த
தாயாக வானம்
அழுது கொண்டேயிருந்தது.
வெடியதிர்வுகளின் பேரோசைகளால்
குடி பெயர்ந்தலையும்
யானைக் கூட்டங்களாக
இருண்ட முகில்களும் கூட
மருண்டு போய்க் கிடந்தன.
பகலை விழுங்கித் தீர்த்திருந்த
இரவின் கர்ஜனை
பயங்கரமாயிருந்தது
அம்பகாமப் பெருங்காட்டின்
போர்க்களத்தில்.

காதலுறச் செய்யும்
கானகத்தின் வனப்பை
கடைவாயில் செருகிய
வெற்றிலைக் குதப்பலாக
சப்பிக்கொண்டிருந்தது
யுத்தம்.

மீளாப் பயணம் சென்ற தோழி
விடைபெறக் கை பற்றி
திணித்துச் சென்ற கடதாசி
செய்தி சொன்னது..
காலமாவதற்காகக் காத்திருக்கும்
அம்மாவின் ஆத்மா
கடைக் குட்டியவளின்
கையாலே ஒரு துளி

உயிர்த் தண்ணிக்காகத்
துடிக்கிறதாம்.

எவருக்கும் தெரியாமல்
என்னிடத்தில் குமுறியவள்
விட்டுச் சென்ற
கண்ணீர்க் கடலின்
நெருப்பலைகளில்
நித்தமும்
கருகிக் கரைகிறது
நெஞ்சம்.

தனி மனித
உணர்ச்சிகளின் மீதேறி
எப்போதும்
உழுதபடியே செல்கின்றன
போரின்
நியாயச் சக்கரங்கள்.

அக்கணத்தில்
பிய்த்தெறியப்பட்டிருந்த
பச்சை மரங்களின்
இரத்த வீச்சத்தை
நுகர்ந்த வல்லூறுகளின்
நீண்ட நாக்குகளில்
உமிழ்ந்து
பெருகுகிறது
வெற்றிப் பேராசை.

– தமிழினி

அன்னா

காடளந்த புலியின் நிதானத்துடன் அடியெடுத்து வைத்து ஊரை வலம் வந்தாள் அன்னா. விலங்குகள் காட்டில் உலவுவது உணவுக்காக மட்டுமல்ல. அதுதான் அதன் வாழ்வின் சாரம். இருண்ட ஊரில் இவளுக்கு மட்டும் இரண்டு கண்களிலும் ஒளியிருந்தது. வெறிச்சோடிக் கிடக்கும் தெருக்களில் கொஞ்சம் கண்களை மூடியும் நடந்து பார்த்தாள். அங்கும் ஒளியிருந்ததுதான். காலத்தின் இருள் மட்டும் நிச்சலனமாக நிறைந்திருந்தது.

இயக்கத்தின் கணக்குப்படி இராணுவம் இப்போதே கிளிநொச்சிக்குள் அடியெடுத்து வைத்திருக்க வேண்டும். நகரத்தில் யாரும் இல்லை. அனைவரும் இயக்கத்துடன் வெளியேறிவிட்டார்கள் என்ற செய்தியை யாராவது அறிவித்திருக்கலாம். ஆனாலும் இராணுவம் விடியும் வரை காத்திருக்கும் என்றே அன்னா நம்பினாள். அவள் ஒருத்தி இன்னும் அந்த நிலத்தில்தான் நிற்கிறாள் என்பதை இயக்கம் கூட நம்பும் என்று அவள் நம்பவில்லை. அவளுக்குத் தெரியாத இயக்கம் ஏது?

1

தலைமயிர் நரைத்துதான் விட்டது. காதோரங்களில் நரைக்கத் தொடங்கியது ஞாபகத்தில் இருக்கிறது. அதற்கு மேல் நினைவில் வைத்துக் கொண்டிருக்கவில்லை. இப்போது யாரிடமும் போய் நரை விழுந்துவிட்டதென்று சொல்ல முடியாது. நரைவிழும் வயதிற்கு வந்தும் ஆண்டுகள் பலவாகிவிட்டன. இராணுவம் மூன்று ஆண்டுகளில் பரவியதா அல்லது மூன்று மாதத்திலா என்று ஞாபகப்படுத்துவதுகூட கடினமாகத்தான் இருந்தது. நினைவுகள் தவறிவிட்டன என்று காலத்திடம் இருந்து தப்பிக்க முடியுமா என்ன? அன்னத்தாவுக்கு காலை வெளிச்சம்கூட காரிருள் போலத்தான் தெரிந்தது. யாருமற்ற வீட்டின் குசினியின் கட்டைச்சுவரில் பாதி கருகிய நிலையில் கிடந்த சுருட்டை எடுத்துப் பற்றவைத்துக் கொண்டாள். நடக்க நடக்க நினைவுகள் கடல் அலைபோல பரந்து விரிந்து மனதில் மோதிக்கொண்டன.

பொறுப்பாளர் வைத்த பெயர் அன்னா என்றாலும் நிலைத்தது அன்னத்தா தான். அன்னம்மா கூட நின்று பிடிக்கவில்லை. பொறுப்பாளர் பெயர் விடயத்தில் தோற்றுத்தான் போனார். நல்ல தமிழ் பெயர் வைப்பார்கள் என்று பெடியள் சொல்லி அனுப்பியது என்னவோ உண்மைதான். வைக்கப்பட்ட பெயர் அன்னா.

"இது நல்ல தமிழ் பெயர்தான்."

பொறுப்பாளர் சொன்னதாகக் கேள்விப்பட்டபோதும் உறுதிப்படுத்த முடியவில்லை.

"என்னட பெயர் அன்னா.."

பிரச்சார பாடல்களுக்குப் பிறகு ஒவ்வொருமுறை சொல்லும் போதும் அங்கிருந்த முகங்களில் ஒன்றைக் கண்டுகொள்ள முடிந்தது. 'அன்னா நல்ல பெயர்தான்'.

மைக் இல்லாமல் சொல்லும்போதும் அதில் ஓர் அதிர்வு இருந்தது. அது அன்னம்மா என்றாகி அன்னத்தாவுக்கு வந்து நின்றபோது ஆளுக்கும் கொஞ்சம் பொறுப்பு வந்திருந்தது. பெடியள் ஆளுக்கொரு திசையில் அவசரமாக ஓடிக்கொண்டிருக்கும்போதும் "அன்னத்தா அன்னத்தா" என்று தலையை சுழலவிட்டிருக்கிறார்கள். அதில் தன் கடைக்குட்டியும் சேர்ந்துகொண்டதும் அவளுக்கு நன்கு தெரியும். வயது ஏறி வருவதை மறந்து எல்லாப் பக்கமும் தலையைத் திருப்பிக் கையை ஆட்டி வழியனுப்பியதில் திரும்பி வந்தது பாதிக்கும் குறைவுதான்.

முழங்கை வரையில் மூடி இறுகியிருந்த மேற்சட்டை, சேலைக்குள் முதுகுப் பக்கம் எப்போதும் எரிச்சலாகவே இருந்தது. வெளியில் வந்து போகும்போது சோட்டிக்கு மேல் சேலையைச் சுற்றிக்கொள்ளும் பழக்கம் மறந்து போயிருந்தது. மூத்தவனை மீட்க முதன்முதலில் காம்ப்புக்குப் போனதுகூட சோட்டியில்தான்.

"வாங்க வாங்க எத்தினாவதை மீட்கோணும்."

கடைக்குட்டியைப் பிடித்து இழுத்துக்கொண்டு வரவும் அதே சோட்டியுடன் போனதைப் பார்த்துப் பொறுப்பாளர் அப்படிக் கேட்டதில் சினேகபாவம்தான் இருந்தது.

"இப்ப நான் என்ன செய்யோணும் மேஜர்?"

பொறுப்பாளர் கதிரையை தூக்கிப்போட்டுக் கேட்டபோது எந்தச் சந்தேகமும் இல்லாமல் சொன்னாள்.

"அவனை சண்டைக்கு முன்னால விட வேணும். அந்த ராஸ்கோல் அவனாவே வீட்டை ஓடி வருவான்."

எல்லாவற்றையும் பொறுமையாகக் கேட்டுவிட்டு வெறுந் தேத்தண்ணி கொடுத்துதான் அனுப்பி வைத்தார் பொறுப்பாளர்.

பொறுப்பாளர் இருந்த காம்ப் வீட்டுக்குப் பக்கத்தில் என்பதால் அன்னத்தா பின்னேரம் கொஞ்சநேரம் காம்ப்பில் நிற்பது அன்றாட நிகழ்வானது. அன்னத்தாவிடம் பிடிக்காதது எதுவென்று கேட்டால் சுருட்டு நாற்றம் என்று மட்டும்தான் சொல்ல முடியும். அதுவும் அனைவரும் சொல்லக்கூடியதில்லை.

"பொழுது போகுதில்லை."

கடைக்குட்டியும் ஓடின பிறகு அடிக்கடி சொல்ல வெளிக்கிட்ட அன்னத்தாவிடம் பொறுப்பாளர் கவனம் எடுத்துக்கொண்டார். இதற்கெல்லாம் மேலிட உத்தரவு வருவதில்லை.

ஊர் பெண்டுகளோட நாயமடிக்க ஒத்துவராத அன்னத்தாவிடம் ஏதோ விசேட திறமை இருப்பதைப் பேசப் பேசத்தான் பொறுப்பாளர் அடையாளம் கண்டார். மூன்று பிள்ளைகள் இயக்கத்தில் சேர்ந்த பிறகும் எப்படி அன்னத்தா திடமாக இருக்கிறா என்கிற கேள்விக்கான விடையையும் பொறுப்பாளர் தீவிரமாகக் கவனத்தில் எடுத்து மேலே உள்ளவர்களுக்கு மறக்காமல் கடிதம் போட்டுக்கொண்டு தான் இருந்தார். ஒருநாள் பதிலாக வந்தது ஒரு கேள்விதான். அந்த அம்மாவைப் பாதுகாக்க நமக்கு ஏதாவது வழி இருக்கிறதா? நீண்ட யோசனைக்குப் பிறகு பொறுப்பாளர் ஒரு வரியில் பதில் அனுப்பினார்.

அன்னத்தாவை இயக்கத்தில் இணைத்துக் கொள்வோம்.

அன்னத்தாவை அன்னாவாக்கி இயக்கத்தில் இணைத்துக் கொண்ட கபிலனின் வீடு இருண்டு கிடந்தது. அன்னாவுக்குச்

சோர்வு தோன்றும்போதெல்லாம் அவர் வீட்டுக்கு வந்து சுவரில் தொங்கும் அவர் வரிப்புலி ஆடையில் இருக்கும் படத்தைக் கொஞ்சநேரம் உற்றுப் பார்த்துவிட்டுப் போவாள். கபிலனின் மனைவி ஒருபோதும் அன்னாவை இதில் தொந்தரவு செய்வதில்லை. அன்னா தன்னை விடவும் திறமைசாலி என்று சொல்லிக்கொண்டிருந்த இரவில்தான் வீட்டு வாசலில் வைத்து கபிலன் ஸ்னைப்பர் தாக்குதலுக்கு உள்ளானார்.

தலைவரின் நேரடிப் பாதுகாப்புக் குழுவின் எல்கைக்குள் இப்படி நடக்கும் என்று யாருக்கும் நம்பிக்கையில்லை. நம்பிக்கை இல்லாத இடத்தில் சந்தேகம் வருவது இயல்புதானே. அன்னாவின் மீதே சந்தேகம் இருந்ததாக கதை ஒன்று பரவிய நாளிலும் அவள் ஒருமுறை இந்த வீட்டு வாசலில் வந்து நின்றுவிட்டுத்தான் போனாள். பூட்டிய வீட்டின் உள்ளே சுவரில் கபிலனின் படம் இருக்குமா என்ற கேள்விக்கு நாளை வரும் இராணுவம் ஒருவேளை பதில் கண்டுபிடிக்கலாம்.

இதுதான் கடைசிநாள் இல்லையா? அந்த வீட்டின் வாசல்படியில் குந்தியிருந்த ஞாபகம் ஏதும் இல்லாமல் போக வேண்டாம் என்பதுபோல சீலையை வியர்க்கும் உடலோடு சேர்த்துப் பிடித்துக்கொண்டு இருந்தாள். ஏதோ ஞாபகம் வரவும் காய்ந்த உதடுகளில் பிசுபிசுத்துக் கொண்டிருந்த சுருட்டின் அடிக்கட்டையைத் தூக்கி முற்றத்தில் எறிந்தாள். அதில் கனல் இல்லை.

2

பொறுப்பாளர் கபிலன்தான் அன்னாவுக்கு அரசியல் வகுப்பு எடுக்கவும் நியமிக்கப்பட்டார். அவருக்கு அது கொஞ்சம் புதிதாகத் தோன்றினாலும் கூட தன்னையும் சோதனை செய்து பார்க்க இயக்கத்தின் தலைமைகள் தயங்காது என்பதில் எந்தச் சந்தேகமும் இருக்கவில்லை. நீச்சல் தெரியுமா என்று கேட்டுவிட்டு பொறுப்பாளர் என்றும் பாராமல் கடலில் தள்ளிவிட்டதை என்றைக்கும் அவரால் மறக்க முடியாது. தள்ளிவிட்டது தனக்குக் கீழே பணி புரிகின்றவர்கள் என்றாலும் ஆலோசனை எங்கிருந்து வந்திருக்கும் என்று புரிந்துகொள்ளும் பக்குவம் அவருக்கு இருந்தது.

அன்னாவுக்கான அரசியல் வகுப்பு, இப்படித்தான் தொடங்கியது.

'உங்கட பிள்ளைகள் இயக்கத்தில் சேர்ந்ததை நீங்கள் எவ்வாறு பார்க்கிறீர்கள்?'

"என்ர ரெண்டு பெடியையும் சேர்த்துப் போட்டு."

எடுத்தவுடன் சத்தமாகக் கேட்ட அவளுடைய குரல் காம்ப்புக்கு வெளியே இருந்தவர்களைத்தான் கொஞ்சம் நெளிய வைத்தது. பொறுப்பாளர் தன்னுடைய வேலைக்கு எவ்வளவு பொருத்தமானவர் என்று நிரூபிப்பதுபோல கேட்டுக் கொண்டிருந்தார்.

அவருடைய கேள்விக்கான பதில் வரும் வரைக்கும் காத்திருந்து தொடங்கினார்.

"உங்கட வீட்டை யார் பாதுகாப்பார்கள்?"

"இந்த நாடும் உங்களுடைய வீடுதான். இந்த நாட்டைப் பாதுகாக்காமல் நீங்கள் மட்டும் எப்படி பாதுகாப்பாக இருக்க முடியும்? எல்லாரும் வீட்டோட இருந்தால் சரியே? நாங்கள் மட்டும் யார்?"

அன்னா தலையை மட்டும் மேலும் கீழும் ஆட்டிக் கொண்டாளே தவிர வார்த்தைகள் எல்லாம் மறைந்து போயிருந்தன.

அன்னாவுக்குச் சரியாகவே தெரியும் தன்னுடைய மூத்தவன் இயக்கத்திற்கு விருப்பப்பட்டுத்தான் போனான். கடைக்குட்டி இயக்கத்திற்குப் போனதும் முதலில் வந்து கூட்டிக்கொண்டு போகச் சொன்னதே இயக்கம்தான். அன்னாவுடன் சேர்ந்து அவனை இழுத்துக் கொண்டுவந்து வெளியே போட்டது இதே கபிலன்தான். அது அன்னாவுக்குப் பெரும் ஆச்சரியமாகத்தான் இருந்தது.

"இப்பிடித்தான் சொல்லுவாங்கள். நாலு நாளில மண்டையைக் கழுவிப் போடுவாங்கள்."

சில சனம் தூபம் போட்டிருந்ததால் அன்னா உடனடியாக காம்ப்புக்கு அலையத் தொடங்கியிருந்தாள். அம்மா எப்படியும் இந்தக் காம்ப்புக்கு வருவாள் என்றுதான் கடைகுட்டி இரண்டு மைல் தூரம் நடந்து போய் இன்னொரு காம்ப்பில் கள்ளப் பெயரில் சேர்ந்திருந்தான். அவனைத் தூக்கிக்கொண்டு வந்து இந்தக் காம்ப்பில் போடுவதற்குள் ஒரு கிழமை ஓடிவிட்டது.

இருந்தாலும் அவனை அன்னாவிடம் சேர்ப்பதில் இயக்கம் தீவிரமாகவே இருந்தது.

"உன்ர அண்ணன்ர மரியாதையைக் கெடுக்காம வீட்டை போடா."

கபிலன் உறுமியது அன்னாவின் காதுகளில் இன்னும் பறை ஓசையைப் போல கேட்டுக்கொண்டுதான் இருந்தது.

"உங்கட பிள்ளையள் ஏன் இயக்கத்துக்குப் போனதுகள்? நீங்கள் அதை எப்படி ஏற்றுக்கொள்ளுறியள்? அதுக்கான காரணங்கள் என்ன என்று எடுத்துச் சொன்னால் போதும். உண்மையைச் சொல்லுறதுதான் எங்கள் பிரச்சாரத்தில் முக்கியமானது. நீங்களும் உண்மையை எடுத்துச் சொல்லுங்க. எல்லாம் உங்கட பிள்ளையள் போலத்தானே. நீங்கள் உண்மையா இருந்தால் போதும் எல்லாம் நடக்கும். அரசியல் பிரச்சாரம் என்றால் எதாவது கதைகட்டி விடுறது இல்லை."

கபிலன் பேசுவது எல்லாம் பிரச்சாரமா அல்லது உண்மையா என்று யோசிக்க அன்னாவால் முடியவில்லை. இயக்கம் தன்னை ஏன் இவரிடம் ஒப்படைத்திருக்கின்றது என்று மட்டும் அவரின் பேச்சின் இடையே யோசிக்கத்தான் செய்தாள். தன்னால் கூட ஓர் அரசியல் பிரச்சாரகராக மாறமுடியும் என்பதை அவளால் இலகுவாக எடுத்துக் கொள்ள முடியவில்லை. ஆனால் உண்மையை எடுத்துச் சொல்வது என்பதில் அன்னா தீர்க்கமாகவே இருந்தாள்.

பசுமாடு ஒன்று அனத்தும் சத்தம் கேட்டு நினைவுகளை தளர்த்திக் கொண்டவளின் உடல் இன்னும் கூடுதலாக வியர்த்திருந்தது. நாயைக்கூட கொண்டுபோன சனம் மாட்டை விட்டுவிட்டுப் போயிருக்காது என்ற யோசனையை மறுப்பது போல கன்றுக்கான மாட்டின் சத்தம் அடிவயிற்றில் இருந்து மீண்டும் கேட்டது. கண்களுக்குத் தெரிந்த எல்லை வரைக்கும் பார்வையைப் படரவிட்டாள். தென்னை ஓலைகள் நிலவின் ஒளியை ஊடறுத்து கண்களை உறுத்தின.

ஏதோ ஒரு வடமுனையில் இருந்து பறந்து வந்த செல் தென்னந்தோட்டத்தைக் கடந்துபோய் விழுந்ததும் மாட்டின் ஓசை அறவே அடங்கிப் போனது. எந்தத் திசையில் போவது என்ற யோசனையில் இருந்த அன்னாவுக்கு திசை இப்போது வெட்டவெளிச்சமானது. செல் விழுந்த திசையில் ஒருவேளை

மாட்டின் கன்று நிற்கலாம் என்று நினைத்துக்கொண்ட மனசு கிடந்து அடித்துக்கொண்டது. அந்தத் திசையில் நடக்க நடக்க உடம்பில் வியர்வை உலர்ந்துகொண்டே இருந்தது.

3

சிவன் கோயில் வீதியை நோக்கியபோது நேற்று மத்தியானம் ஆலமரத்தின் மேல் விழுந்த செல்லின் கனல் எச்சங்கள் இன்னும் புகைந்துகொண்டிருப்பதன் வாடை, காற்றில் கசந்துபோய்க் கொண்டிருப்பதை உணர்ந்தாள். அன்னா இந்த வீதியில் சிவகாமியுடன்தான் முதலில் போனாள். கபிலன் கூடத்தான் இருந்தான் என்றாலும் அன்றைக்குப் பொறுப்பு என்னவோ சிவகாமியிடம்தான் இருந்தது. சிவகாமி இயக்கத்திற்குப் பெண்களைச் சேர்ப்பதில் காட்டும் ஆர்வத்தை இயக்கம் மெச்சினாலும் கூட அவருடைய கடும் சொற்களைக் குறித்து அடிக்கடி ஞாபகப்படுத்திக் கொண்டுதான் இருந்தது. பெண்களின் உணர்வுகள் ஆண்களைப் போன்றதல்ல என்பதைத் தலைமை தெரிந்துகொண்டிருந்த அளவுக்குப் பெண் பிரச்சாரகரான சிவகாமி தெரிந்துகொண்டிருக்கவில்லை என்பது ஊரின் மூலைகளில் பெண்களின் கருத்தாக இருந்தது. அதுதான் தலைமைக்கும் போயிருந்தது. சிவகாமி வருகின்ற தகவலை அறிந்துகொண்டு கபிலனைப் பார்க்கப்போன அன்னாவிடம் கபிலன் சொன்ன வார்த்தை அவளுக்கு ஒரு பெரும் ஆலோசனையாக என்றைக்கும் இருந்தது.

“நாம் விரும்பாதவை கூட இங்கு நடக்கும். அதையும் தாண்டி நல்லதைச் செய்வதில்தான் நம் திறமை இருக்கிறது. கொஞ்சப் பேர் போராட வருவினும். கொஞ்சப் பேர் சண்டைக்கு வருவினும். கொஞ்சப் பேர் சாகவும் வருவினும். எல்லாரையும் போராட வைக்கிறதிலதான் ஒரு தளபதியோட திறைமை இருக்கு.”

மூன்றரை மணிக்கு சிவன் கோயிலடியில் பாட்டுப் பெட்டிகளுடன் வான் வந்து நின்றிருந்தாலும் நான்கு

மணிக்குத்தான் பாட்டுப் போடத் தொடங்கினார்கள். அதுவரைக்கும் ஏதோ அறிவுப்பு என்று சாதாரணமாக கடந்து போய்க்கொண்டிருந்தவர்கள் ஒரு கணம் யோசிக்கும் அளவுக்கு முதல் பாடல் ஒலித்தது.

"*இனிவரும் இனிவரும் காலங்கள் அவை எங்களின் காலங்கள்...*"

சிவன் கோயில் வீதியைக் கடந்துபோன அனைவரும் தங்களின் எதிர்காலம் குறித்து யோசனை செய்வதற்கு இந்தப் பாட்டுப் போதுமானதாக இருந்தது. பள்ளி மாணவர்கள் பலரும் அருகிலிருந்த பாடசாலையிலிருந்து கடந்து போகும் வரையில் பாட்டுப்பெட்டியைப் போடாமல் வைத்திருந்ததில் இருந்து கபிலனை அன்னா புரிந்து கொண்டாள்.

சிவகாமி எதுவும் தெரியாதது போலத்தான் வீதியை வெறித்துக்கொண்டு கைகட்டி நின்றிருந்தாள். பதினாறு வயதை எட்டாதவர்கள் எவரையும் இயக்கத்தில் சேர்க்கக் கூடாது என்ற கட்டாய விதியைத் தளர்த்தினால் அதில் சிவகாமியின் பங்கும் இருக்கும் என்பதை கபிலன் நன்றாகவே உணர்ந்துகொண்டிருந்தார். அன்னாவைப் போன்றவர்களை சரியான இடத்திற்குக் கொண்டுவந்துவிட்டால் நல்லது என்பதில் அவருடைய பிடிவாதத்தைத் தலைமையும் உணர்ந்திருந்தது.

"*சந்திரிகா பெத்தெடுத்த லொகு பண்டா மல்லி..*"

என்ற பாடலை ஒலிக்கவிட்டதில் இருந்து கூட்டம் பெருகத் தொடங்கியது. வயது வித்தியாசம் இல்லாத கூட்டம் என்றாலும் வயதானவர்கள்தான் கூட்டத்தில் பெருகியிருந்தார்கள். அதையும்கூட புரிந்துகொள்ள அன்னாவால் முடியும் என்றுதான் கபிலன் நம்பினார். கூட்டத்தில் தங்கள் பிள்ளைகள் தென்பட்டார்கள் என்றால் இயக்கத்திற்கு முதல் தாங்கள் தூக்கிக்கொண்டு போவதற்கும் சிலர் உலவிக்கொண்டிருந்தார்கள்.

கூட்டத்தை வட்டமாக வடிவமைத்துக் கொள்ளவும் வீதி நாடகம் தொடங்கியது. சிவகாமி முகத்திலிருந்த உற்சாகத்தை அன்னாவின் முகத்தில் அப்போது காணவில்லை.

மேளம் அடிக்கத் தொடங்கியதும் இராணுவம் போல பச்சை ஆடைகளை அணிந்த பெடியள் நால்வர் கறுப்பு மையை முகத்தில் பூசிக்கொண்டு மக்கள் வட்டத்தின் உள்ளே வீராவேசமாக வலம் வந்தார்கள். பிறகு திடீரென்று வட்டத்தின் மையத்தில் நின்று எக்காளமாகச் சிரித்தார்கள். அவர்களில் பருத்த பெடியன் ஒருவன் கொச்சைத் தமிழில் உரத்துப் பேசத் தொடங்க மற்றவர்களும் இடையிடையே குரல் உயர்த்திக் கொக்கரித்தார்கள்.

"விடமாட்டோம் நாங்க விடமாட்டோம்.

உங்களுக்கு ஒன்னும் விடமாட்டோம்.

டேய் நாங்கள் சந்திரிக்கா அம்ம மேலே நம்பிக்கை வய்த்திருக்கும் பலம் கொண்ட பாரிய ராணுவம்.

விட்டுவிடுவோமா.. விடமாட்டோம் விடமாட்டோம். உங்களைக் கொல்லுவம். ஒன்றும் இல்லாம கொல்லுவம்"

இப்போது கூட்டத்தில் இருந்து பாய்ந்து வந்த வரிப்புலி ஆடை அணிந்த பெடியன் ஒருவன் தன்னந்தனியே நெஞ்சு நிமிர்த்தி அவர்களை வலம் வந்தான். கூட்டத்தின் அபாரமான கைதட்டல்கள் அவனுக்கு உற்சாகமூட்டவும் தென்திசையில் நிலைக்கொண்டு இடுப்பில் கையை ஊன்றிக்கொண்டு உரத்துப் பேசத் தொடங்கினான்.

"எங்கட தலைவற்ற வளத்தில உரமூட்டி வளர்த்த வீரர்கள் நாங்கள்.

எங்க நெஞ்சில இரும்பு போல பலமிருக்கு.

உங்களுடைய குடலை உருவி உங்கட கழுத்தில மாலையா போடுவம்.

போர்.. போர்.. போர்..

எல்லைப் படையாக..

சிறப்பு எல்லைப் படையாக..

கிராமியப் படையாக..

மாணவர் படையாக..

ஒட்டுமொத்த மக்கள் படையே திரண்டு நிற்குது.

இந்த மண்ணில ஒரு பிடி மண்கூட உன்னட்ட விடமாட்டம்.

ஏலுமெண்டா பிடிச்சுப் பார்.

வாடா வாடா வாடா.."

நாடகம் போடுறது சனத்தை வெருட்டவா அல்லது இளவட்ட பயல்களுக்கு வெறியேற்றவா என்றெல்லாம் அன்னாவுக்குப் பலதும் மனதில் ஓடியது. மக்களுக்கு நிலைமை விளங்கினால் போதும்தானே என்று மனதிற்குள் நினைத்துக்கொண்டதை அன்னா யாருக்கும் சொல்லவில்லை. சிங்கள இராணுவச் சிப்பாய்கள் மட்டும் கறுப்பாக இருப்பார்களா? தமிழ் இளைஞன் மட்டும் வெள்ளையாக எப்படி இருப்பான்? வீதி நாடகம்தான் என்றாலும் இவ்வளவு நாடகீயமாக மக்களுக்கு எடுத்துச்சொல்லி பயன் இருக்குமா என்று கேட்கக்கூடிய ஒரே ஆளாக கபிலன் மட்டும்தான் அன்னாவுக்கு இருந்தான். அவனும் சிவகாமியின் பின்னே நின்றிருந்தான் என்பதுதான் அங்கு கண்ட பெரிய வீதி நாடகமாக இருந்தது.

அந்த நாடகத்தின் பயனாக வந்து சேர்ந்தவர்களில் அன்னாவுக்குத் தெரிந்த ஒரு பெடியனும் இருந்தான். அன்னாவின் மூத்த மகனுடன் படித்தவன்தான் என்றாலும் பாதியில் படிப்பை விட்டுவிட்டு அப்பாவின் சாப்பாட்டுக் கடையில் போய்ச் சேர்ந்துவிட்டான்.

"ஏன் படிப்பை விட்டானீர்?"

கேட்ட கேள்விக்கு மகன் அப்பாவையும் அப்பா மகனையும் கைகாட்டினார்கள். இயக்கத்தால் தீர்க்க முடியாத பிரச்சினைகளும் உள்ளே இருந்ததற்கு இதுவும் ஓர் உதாரணம்.

இதுபோன்ற பிரச்சினைகளைத் தீர்க்க இலங்கை சனாதிபதி சந்திரிகா தேவை என்று அப்போது இயக்கத்திற்கு ஒரு கடிதம் போனதை யாரும் நம்ப மாட்டார்கள். கடைசி வரையில் அதை எழுதியவனைக் கண்டுபிடிக்க முடியவில்லை. அது பாலுவாக இருக்கும் என்ற சந்தேகமும் சிலருக்கு இருந்தது. இயக்கத்தில் சிவகாமி தலைமையில் சேர்க்கப்பட்ட பாலுவை ஹலால் பாலுவாக பிரபலப்படுத்தியதில் இலங்கை முஸ்லீம் காங்கிரஸ் தலைவர் ரவூப் ஹக்கீமுக்கு ஒரு முக்கியப் பங்குண்டு. அவனை ஒருபோதும் அன்னாவும் மறந்ததில்லை. ஏனெனில் அவன்தான் அன்னாவின் முதற்சேர்க்கை என்று கபிலன் உற்சாகமூட்டியிருந்தார்.

இரண்டாயிரத்து இரண்டு சமாதானப் பேச்சுவார்த்தைக் காலத்தில் இஸ்லாமியப் பிரதிநிதிகள் சிலர் கிளிநொச்சிக்கு வரவிருப்பதாக மேல்மட்டத்தில் உறுதிப்படுத்தப்பட்டிருந்த நேரத்தில் பாலு, அன்னாவின் பார்வையில் படும்படியான காம்ப்புகளில்தான் இருந்தான். சிவகாமியின் நம்பிக்கையைப் பெற்றவர்களின் பட்டியலில் இருந்த காரணத்தால் மட்டும் அல்ல சமையல் தெரிந்தவன் என்ற அடிப்படையிலும்தான் சிவகாமி அவனை மேலிடத்திற்குச் சிபாரிசு செய்திருந்தாள்.

"மேலே இருந்து அழைப்பு வரும்."

சிவகாமி சொல்லிச் சென்றதைக் கிட்டத்தட்ட அனைத்துக் காம்ப்புகளுக்கும் பாலு சொல்லியிருந்தான். அன்னாவின் செவிகளுக்கும் அதுபோன்ற செய்திகள் விரைவில் வந்துசேர்ந்து கொண்டிருந்த காலம் அதுதான்.

இயக்கத்தின் சமையற்கூடத்தில் பல திறமையான சமையல் கலைஞர்கள் இருந்தார்கள். இயக்கத்தின் தலைமையில் இருந்து எல்லோருக்கும் ஓரளவு சமைக்கத் தெரியும் என்பது புதிய செய்தியல்ல. ஆனாலும் ஹக்கீமுக்கு ஹலால் உணவுகளைச் சமைப்பது யார் என்பதில் ஒரு விவாதம்

உள்ளே ஓடிக்கொண்டிருந்தது. ஆடு முதல் ஆமை வரை சிறப்பாகச் சமைக்கும் பலர் இருந்தும் ஹலால் என்பதில் கொஞ்சம் தயங்கினார்கள். இதில் ஹக்கீமுக்கு சமைத்தவர் என்ற பெருமையைத் தேடிக்கொள்ள அவர்கள் யாருக்கும் கொடுத்து வைக்கவில்லை. அந்த பாக்கியம் பாலுவுக்குத்தான் கிடைத்தது.

வவுனியாவில் இருந்து வந்திறங்கிய இஸ்லாமியப் பெரியவர் ஒருவரை மிகுந்த பாதுகாப்புடன் அழைத்துப் போனார்கள். அதைப் பார்த்த சிலர் அதுதான் ஹக்கீம் என்று நினைத்துக் கொண்டது தனிக்கதை. யசீர் காக்கா என்று அழைக்கப்பட்ட யாசிர் அராபத்தை அறிந்தவர்கள் மிகவும் குறைவுதான். அந்தப் பெரியவரின் மகன் இயக்கத்தின் மாவீரர்களில் ஒருவன் என்பதை மேல்மட்டம் அளவுக்கு அறிந்தவர்கள் அப்போது கிளிநொச்சியில் இல்லை என்றுதான் சொல்ல வேண்டும். அவர்தான் பாலுவுக்கு ஹலால் உணவுகளைச் சமைப்பது குறித்துப் பயிற்சி கொடுத்தார்.

"அவருடைய தமிழ் அவ்வளவு சுத்தமாக இருந்தது அவருடைய சமையல் போல."

பாலு ஒருமுறை அன்னாவுக்கே சொல்லியிருந்தான். ஹக்கீம் இயக்கத்துடனான பேச்சுவார்த்தையில் மட்டும் மகிழ்ந்து போய்விடவில்லை.. பாலுவின் ஹலால் உணவிலும் மெய்மறந்துதான் போனார். கடைசிவரை பாலுவின் கூட நின்றாலும் தன்னுடைய கையால் சமையல் செய்வதை ஏன் அந்தப் பெரியவர் விரும்பவில்லை என்பதை யாருக்கும் வெளிப்படுத்தவில்லை. எல்லாப் புகழும் பாலுவுக்கே வந்து சேர்ந்தது.

உண்மையைச் சொன்னால் அந்த அரசியல் சந்திப்பால் தமிழ் மக்களோ அல்லது சோனக மக்களோ ஒரு பயனும் அடையவில்லை. பயனை அடைந்த ஒரேயோர் ஆள்

பாலுதான். அவ்வளவு பிரபலமாகிப் போனான் ஹலால் பாலு. ஆனாலும் பாலுவுக்கு அதற்குப் பிறகு ஹலால் உணவு சமைக்கும் வாய்ப்பு அமையாமல் போனது. யாருக்காவது அதைத் தானும் சொல்லிக்கொடுத்துவிட வேண்டும் என்று அன்னாவிடம் ஒருமுறை புலம்பியதை அன்னா தன்னுடைய மனதிலேயே பத்திரப்படுத்தியிருந்தாள்.

அவனுடய உடல் சிவன் கோயிலுக்கு அருகாமையில் இருக்கும் ஓட்டு வீட்டில் கிடத்தப்பட்டிருந்தபோது வவுனியாவில் இருந்து அந்தப் பெரியவரை இயக்கம் அழைத்து வந்திருந்தது. அதை முன்னின்று ஏற்பாடு செய்தவள் அன்னாதான்.

"என் மகனுக்கு எதாவது நடந்தால் எனக்குக் கட்டாயம் தெரியப்படுத்த வேண்டும்."

அவர் சொல்லிவிட்டுப் போயிருந்ததை இயக்கம் மறந்திருக்கவில்லை. அவர் வந்து போன நாட்களில் அவருடைய உருவம் எப்படியிருந்தது என்று யாராலும் நினைவுப்படுத்திக் கூற முடியாமல் இருந்தது. அன்னா மட்டும் "அது ஒளி பொருந்திய முகம்" என்பதுடன் நிறுத்திக் கொண்டாள்.

சிவன் கோயில் ஆலமரத்தடியில் அன்னா போட்ட இயல்பான நாடகம்தான் அவளை மக்களிடம் பரவலாகக் கொண்டு சேர்த்தது. அன்றைக்கு அன்னா கொண்டு போயிருந்தது ஒரேயொரு தென்னை ஓலைதான். பெரிதாக இல்லாத பச்சைத் தென்னை ஓலை ஒன்றைக் கொண்டுபோய் வீதியின் ஓரத்தில் போட்டதும் சனங்களுக்கு வேடிக்கையாகிப் போனது. பிரச்சாரத்திற்கு வந்த வாகனத்தைக் கொஞ்சம் தூரத்தில் நிற்கவைத்துவிட்டு அவள் மட்டும் போனது கபிலனுக்கே புரியாத கதையாக இருந்தது.

பிரச்சார வாகனத்தில் "*எதிரிகளின் பாசறையைத் தேடிப் போகிறோம் தமிழீழ மண்ணை மீட்டெடுக்க ஓடிப் போகிறோம்*" என்ற பாடல்

ஒலித்துக் கொண்டிருந்தபோது அன்னா தென்னை ஓலையை இரண்டாகப் பிளந்து ஒரு துண்டை எட்டப் போட்டுவிட்டு கையில் இருந்த ஓலையைப் பின்னத் தொடங்கியிருந்தாள். சனத்துக்கு இன்னும் வேடிக்கை கூடியதில் கூட்டம் வீதியின் இரண்டு பக்கமும் கூடிக்கொண்டே போனது.

சனக்கூட்டத்தை பொருட்படுத்தாமல் ஒரு தென்னை பாதி தென்னை ஓலையைப் பின்னி முடித்துவிட்டு அடுத்த ஓலையைக் கையில் எடுக்கும்போது தனக்கான நேரத்தைப் புரிந்துகொண்டு கபிலன் அவளுக்குப் பக்கத்தில் வந்து ஒலிவாங்கியோடு நின்று கொண்டார்.

"என்னக்கா.. உன்ர பெடியன் இயக்கத்துக்கு போயிற்றாம் உண்மையே..?"

"ஓம் உண்மைதான். நல்லாப் படிப்பான். போயிற்றான்.."

"படிக்கிற பெடியனை இயக்கத்துக்கு விட்டுப்போட்டு சும்மாவே இருக்கிற..?"

"என்ர பிள்ளை மட்டுமே போகுது? எத்தனை பிள்ளையள் போகுது. போராட்டம் தொடங்கினதே படிப்பிலதானே தம்பி..?"

"என்னக்கா சொல்லுற? படிப்பிலையே..?"

"தமிழ் மாணவர்கள் படிப்பில தரப்படுத்தலைக் கொண்டு வந்தது ஆரு..? தனிச் சிங்களச் சட்டம் கொண்டு வந்து எங்கட வேலை வாய்ப்பில மண்ணள்ளிப் போட்டது ஆரு? இயக்கத்தில இருக்கிறதில பலரும் படிச்சுக்கொண்டு இருந்தவங்கள்தானே தம்பி? தமிழ் மாணவர் போராட்டத்தில தொடங்கித்தான் தமிழ் ஈழப் போராட்டத்தில வந்து நிக்கிறம்."

"அதுக்காக பெத்த பிள்ளைய விடுவியே..?"

"நாடு பிடிச்சாமல் என்ர சந்ததி நிம்மதியே படிக்கேலுமே? இல்லை வேலை குடும்பம் எண்டு இருந்தால் மட்டும் விட்டு வைப்பாங்களோ? கிருஷாந்தி என்னா போராட்டத்திற்கே போனது? பள்ளிக்கூடத்துக்கு தானே போனது. எடுபட்டவங்கள் என்னா செய்தாங்கள் என்று இத்தனை சனத்துக்கு நடுவில நான் சொல்லிக் காட்டோணுமோ?"

அன்னா வீதியோரம் காறித்துப்பவும் கபிலன் ஒலிவாங்கியின் வயரைச் சுருட்டிக்கொண்டார். வீதியோரங்களில் இருந்து கைத்தட்டல்கள் பறந்தன. அவை எதையும் பொருட்படுத்தாமல் அன்னா அந்தப் பாதி தென்னை ஓலையைப் பின்னிக் கொண்டு இருந்தாள்.

அன்றைக்குப் போட்ட அன்னாவின் நாடகத்தின் கதை தமிழீழ வானொலி வரையில் போய்ச் சேர்ந்தது. தலைவரும் "ஆரப்பா இது?" என்று கேட்டதாகக் கதைகள் மேல்மட்டங்களில் வலம் வந்தன. பெயர் கிடைத்த ஒவ்வொரு நாளும் பிரச்சினைகளும் வரத்தான் செய்தன. அப்படி ஒரு பிரச்சினை அன்னாவின் கணக்கில் சேர்ந்துகொள்ள எழுத்தாளர் மதியழகன் சிவநேசன்தான் காரணம்.

மதியழகன் எழுத்தில் ஆர்வம் உள்ளவர் என்பதுடன் ஒரு நாவலும் எழுதிக் கொண்டிருந்தார். எழுத்தார்வம் கொண்டவர்களின் பற்றாக்குறை ஆயுதப் பற்றாக்குறையை விடவும் அதிகமாக இருந்த காலம் அதுதான்.

மதிழயகன் இயக்கத்தின் வானொலி, பத்திரிகை எல்லாவற்றிலும் பாங்காற்றிக் கொண்டிருந்தார். முக்கியமாக வெளிநாடுகளில் இருந்த படைப்பாளிகளுடனான உறவை கட்டிக் காப்பாற்றும் பெரும் பொறுப்பு அவரிடம்தான் இருந்தது. அதுவொரு சவாலான வேலை என்று இயக்கத்திற்கே தெரியும். அதற்கு ஓர் உதாரணமாக கிளிநொச்சியில் மிகவும்

பிரபலமான கனடா வாழ் கவிஞர் கார்முகிலியின் கதையைச் சொல்லலாம்.

கவிஞர் கார்முகிலி போராட்டம் தொடங்கிய காலத்தில் கனடாவுக்குக் குடும்பத்துடன் அகதியாகப் போய்ச் சேர்ந்தாலும் போராட்டத்திற்கு ஆதரவு கொடுப்பதில் குறை வைக்கவில்லை. அவர்கள் குடும்பத்தில் இதுவே ஓர் ஒழுக்கக்கேடு என்று வரையறுத்திருந்தார்கள். அந்த இடத்தில் இருந்துகொண்டு கவிதைகளைத் தொடர்ந்து எழுதினார். அதுவும் வன்னியின் காடுகளில் விழும் ஐஸ்கட்டிகளை தத்ரூபமாக எழுத்தில் கொண்டுவந்தார்.

"வன்னிக் காட்டில் ஏதப்பா ஐஸ் கட்டி?"

கேட்கிறவர்களுக்குத் துல்லியமான விளக்கம் சொல்லுவதற்கு மதியழகன் எப்போதும் தயார் நிலையில் இருந்தார். கார்முகிலி வன்னியில் விழும் குண்டுகளைத்தான் ஐஸ்கட்டி என்று சொல்வதாக அவர் சொன்ன விளக்கத்தில் அனைவரும் வாய் பிளந்தது உண்மை.

"என்னயும் கனடாவுக்கு கூப்பிட்டிணும். ஆனா நான் போகேல்ல. ஏன் தெரியுமே.. எனக்கு போராட்டம்தான் முக்கியம்."

எப்போது கார்முகிலியின் கவிதைகள் குறித்துப் பேசினாலும்.. இப்படி அடித்துச் சொல்லுவார் மதியழகன். அது உண்மையோ பொய்யோ என்று கண்டறியும் வல்லமை புலிகளின் புலனாய்வுத்துறைக்கே இருக்கவில்லை. இதெல்லாம் ஒரு பிரச்சினை என்று நேரடியாக பொட்டம்மானிடம் கொண்டு போனால் தங்களையும் பட்டியலில் சேர்த்து விடுவார் என்பதால் யாரும் அந்தக் கதையை ஆராயவும் முற்படவில்லை.

மதியழகன் என்னத்தான் கடைசி வரையில் கனடாவுக்குப் போகவில்லை என்றாலும் தன்னுடைய ஒரேயொரு சீமந்தபுத்திரனை கனடாவுக்கு அனுப்புவதில் தீவிரமாக இருந்தார். குடும்பத்திற்கு ஒருவர் என்று பிரச்சாரம் நடந்துகொண்டிருந்த காலத்தில் ஒரேயொரு மகனைக் கனடாவுக்கு அனுப்புவது எளிதான காரியம் இல்லை என்றாலும் மேல் மட்டம் வரையில் தொடர்ந்து பேசிக்கொண்டுதான் இருந்தார்.

அவருடைய செல்வாக்கு மகனுக்குத் தெரியாமல் இருந்திருக்காது என்றாலும் அவன் இயக்கத்தில் போய்ச் சேருவான் என்று மதியழகன் கற்பனைகூட செய்து பார்த்திருக்கவில்லை. அதுவும் அன்னாவின் பிரச்சாரம் உண்டாக்கிய தாக்கம் என்று சொன்னால் மதியழகன் கடைசி வரையில் நம்பப் போவதும் இல்லை.

அன்னா அவரைக் குறித்து அடிக்கடி கேள்விப் பட்டிருந்தாலும் சந்திப்பு என்னவோ அவர் மகன் பகீரதன் மூலமாகத்தான் நிகழ்ந்தது. இயக்கத்தின் முகாமிற்குள் புயல் போல புகுந்த மதியழகன் மகனைக் கழுத்தைப் பிடித்து தள்ளிக்கொண்டு வந்தார். முகாமின் காவலுக்கு நின்ற இரண்டு போராளிகளைத் தள்ளி விழுந்தபோது அன்னாவும் அங்கு வந்து சேர்ந்திருந்தாள்.

“நீ யாரடி வே...”

தொடங்கிய கெட்ட வார்த்தையை மதியழகன் சொல்லி முடிக்கவில்லை என்றாலும் அன்னா தலைகுனிந்து நின்றதை அத்தனைப் போராளிகளும் பார்த்திருந்தார்கள். இந்தப் பிரச்சினையை மேல்மட்டம் வரையில் கொண்டு போனது கபிலன்தான் என்றாலும் கடைசியில் அன்னாவுக்கு சமாதானம் சொன்னதும் அவர்தான்.

கார்முகிலிக்கு இருக்கும் செல்வாக்கு அன்னாவுக்கும் இருக்கிறதா என்ற சந்தேகத்துடன் முகாமிற்குத் திரும்பியிருந்தவர் அன்னாவிடம் சரியாக முகம் கொடுத்துப் பேசவில்லை. கபிலன் அப்போது காம்ப்புக்கு வெளியே காறித் துப்பியது மதியழகன் முகத்தில் மட்டுமில்லை என்பதை அன்னாவும் புரிந்துகொண்டாள்.

சிவன் கோயில் வீதியில் தலைவிரி கோலமாகப் பிளந்து கிடந்த ஆலமரத்தின் கீழே இன்னும் கல்லுப்பிள்ளையார் அசையாமல்தான் இருந்தார். அன்னாவுக்கு அவரையும் யாராவது அங்கிருந்து பெயர்த்துக்கொண்டு போயிருந்தால் நிம்மதியாக இருக்கும் என்று தோன்றியது. வானத்தில் மிதந்து வந்த ஒளி பொருந்திய எறிகணை ஒன்று யாரும் இல்லாத ஒரு வீட்டைத் தேடி பதட்டத்துடன் ஆலமரத்தின் மேலாக பறந்து போனது. அப்போது கல்லுப்பிள்ளையாரின் முகத்தில் விழுந்த ஒளியைக் கவனிக்காமல் அன்னா அங்கிருந்து நடக்கத் தொடங்கியிருந்தாள்.

புழுதியைக் கிளறிப் போகும் கால்களை அவளால் கட்டுப்படுத்த முடியவில்லை என்பது அவளது உடையின் வீச்சில் தெரிந்தது.

4

இருண்ட கிளிநொச்சி நகரத்தில் அசையும் ஆவிகள் அவளை அலைக்கழிக்கும் என்ற எண்ணமெதுவும் அவளை ஆட்கொள்ளவில்லை. ஏனெனில் அவையெல்லாம் அலுப்புடன் கதவுகள் பத்திரமாக அகற்றப்பட்ட வீடுகளின் திண்ணைகளில் ஆங்காங்கே சாய்ந்திருந்தன. அவர்களின் தோள்களில் மட்டுமல்ல மடியிலும் உறைந்து கிடந்தன துவக்குகள். நிழல்களிலும் தெரியும் கட்டுறுதி அவர்களை அடையாளம் காட்டப் போதுமானதாக இருந்தது. அவைகளை ஆவிகள் என்று சொல்லிக்கொள்வதில் பொருள் இருக்குமா என்ற சந்தேகத்தில் அடியெடுத்து வைத்த கால்களின் தடங்கள் அச்சு போலப் பின்தொடர வசதியாகிக் கொண்டிருந்தது.

இவர்களில், தான் சேர்த்துக் கொண்டவர்கள் யார் யார் என்பதில் அவ்வளவு தெளிவிருக்கவில்லை என்றாலும் மனம் அடங்கிப் போகவில்லை. நினைவில் அகப்பட்ட முகங்களில் தென்பட்ட அலுப்பையும் மீறிக்கொண்டு தெரிந்தது அன்பின் ஒளியன்றி வேறென்னவாக இருக்கும்.

இடது வலதாக நிழல் பரப்பி நெருங்கி வந்துகொண்டிருந்த கபிலனையும் ஹலால் பாலுவையும் என்ன சொல்லி அழைப்பதென்று அன்னாவுக்குத் தெரியவில்லை. பேசித்தான் ஆகவேண்டும் என்ற ஆவல் அவர்களை விடவும் அன்னாவுக்கு அதிகரித்துக்கொண்டு போனது. கேள்விகள் தவிரவும் மனிதர்களைப் பிணைத்துக்கொண்டிருப்பது அன்பு தான் என்று சொல்லிக்கொள்ள விரும்பினாள்.

அசதியுடன் நின்றிருந்த கால்களைச் சற்றே குனிந்து தடவிக் கொடுத்தாள். நிழல்கள், மறைவது போல முன்னொதுங்கிப்

போய்க்கொண்டிருந்தன. அது அவர்களின் நடைதான் என்று சொல்ல அன்னாவுக்கு சாட்சிகள் தேவைப்படவில்லை.

சோழன் வைப்பகத்துக்கு அருகிலிருந்த பாதையில் போனபோது தான் அன்னா அந்தக் குழியைக் கண்டுகொண்டாள். நேற்று மாலை வரையில் அந்தக் குழியைக் கண்ட ஞாபகம் ஏதுமில்லாமல் இருந்தது. எல்லாவற்றையும் நினைவில் கொள்ளும் வல்லமையை இழந்து கொண்டிருப்பதான சந்தேகம் இன்றா தோன்றியது?

"இழந்தவர்களையும் மறக்கும் மதியொன்று இருந்தால் என்ன அரசியல் பிழையோ?"

கூல் கிளிண்டனிடம் கேட்டுக் கொண்டிருந்த இரவைக் கடந்த இடம் இதுதான் இதுதான் என்று அன்னா தனக்குத்தானே சொல்லிக்கொண்டாள்.

வெள்ளை உடலும் சுத்தமாக மழிக்கப்பட்ட முகமும் குளிர்க்கண்ணாடியும் கிளிண்டனின் தூய அடையாளங்களாகிப் போயிருந்தன. கிளிநொச்சியில் குளிர்க் கண்ணாடியை அடையாளம் வைத்து அடித்தால் துல்லியமாக கிளிண்டனை அழித்தொழிக்கலாம் என்றாலும் அழித்தொழிப்புப் பட்டியலில் எத்தனையாவது இடம் அவனுக்கு ஒதுக்கப்பட்டிருந்தது என்பது கிளிநொச்சியில் யாருக்கும் தெரிந்திருக்கவில்லை. ஆனால் இயக்கத்தின் பட்டியலில் இருந்த இலங்கை அரசின் சேவர்கள் பட்டியல் குறித்த தெளிவுகள் கூல் கிளிண்டனுக்கு ஓரளவு தெரிந்திருந்தது.

உரையாடல்களை ஒட்டுக் கேட்பதில் அமெரிக்காவுக்கு சவாலான ஆள் என்ற புகழுரையைக் கூல் கிளிண்டன் நம்பியதால் கூட அவனுக்கு அந்தத் திறமை கூடியிருக்கலாம். இவனிடம் இதை ஒப்படைக்கலாம் என்பதை அன்னா முடிவு செய்யவில்லை என்றாலும் ஒவ்வொரு சாகசத்தின்போதும்

அன்னாவால் சேர்க்கப்பட்டவன் என்பதை மேலிடம் சொல்லிக்கொண்டுதான் இருந்தது.

ஒட்டுக் கேட்டு சேகரிக்கும் தகவல்களிலிருந்து கட்டமைக்கும் உலகம் என்பது புலனாய்வுக்குழுவின் கட்டுப்பாட்டுக்குள் இயங்கக்கூடியதாக இருந்தது. அவர்களின் கோடுகளைத் தாண்டிப் போவது உயர் மட்டம் வரையில் சாத்தியமில்லாது இருந்தது.

பிரிகேடியர் தமிழ்ச்செல்வன் கூல் கிளிண்டனைப் பார்த்தால் மட்டும் சிரிப்பதில்லை அவ்வளவு மரியாதை என்று கிண்டலாகச் சொல்லிக்கொண்டிருந்த நாட்களில்தான் அன்னாவுக்கு கூல் கிளிண்டனுடன் இருக்கும் பொறுப்பைக் கொடுத்தார்கள். தனக்கு அங்கு பொறுப்புக் கொடுத்தது ஏன் என்று அன்னாவால் புரிந்துகொள்ள முடியாதபோதும் கட்டளை என்றால் பின்பற்றுவது அவளுக்குப் பழகிப்போன ஒன்றுதான். புலிகளின் குரல் வானொலிக்குக் கொஞ்சநாள் போனதுகூட பொறுப்பாளர் ஜவான் கேட்டுக் கொண்டதால் தான்.

“கலைப்பிரியா வாற வரைக்கும் இருங்கோவன்.”

ஜவான் சொன்னாலும் கலைப்பிரியா வந்த பிறகும் அங்கிருந்து உடனடியாக வெளியேற முடியவில்லை. அது நாடகமும் கதையும் பேசும் இடமுமாக இருந்ததில் நாட்கள் போனதை யாரும் எண்ணிக்கொண்டு இருக்கவில்லை.

பதினொன்றடி நீள - அகலம் கொண்ட அந்தப் பதுங்கு குழியின் உள்ளக அமைப்பு நவீன கருவிகளால் நிறைந்திருந்தது. மின்வலை அமைப்புகள் போல பல வயர்களும் மடிக்கணினிகளின் இணைப்புகளும் அன்னாவுக்கு மிகவும் புதிய உலகமாக இருந்தது.

இரவு பகல் பாராமல் அமர்ந்திருக்கும் கூல் கிளிண்டனுடன் என்ன பேசுவது என்று தெரியாத அமைதி அந்த இடத்தை எப்போதும் ஆக்கிரமித்திருந்தது. இத்தனை கருவிகளை கூல் கிளிண்டன் மட்டும் கையாள்வது அன்னாவுக்கு பிரமிப்பைத் தந்தாலும் அவன் கேட்டுக் கொள்வதை மட்டும் செய்து கொண்டிருந்தாள். கிளிண்டனுக்கு உணவு கொண்டு போவது கூட அன்னாவின் பொறுப்பில்தான் இருந்தது. மகன் வயதுதான் என்றாலும் பேசுவதற்குக் காத்திருக்க வேண்டியிருந்தது.

"இன்னும் யாரையாவது உதவிக்குச் சேர்த்துக் கொள்ளலாம்."

அன்னா தான் முதலில் சொன்னாள். தன்னுடைய அம்மாவின் வயதை ஒத்திருந்த அன்னாவை நிமிர்ந்து பார்த்துக் கூல் கிளிண்டன் சிரித்துக்கொண்டபோதும் அவனின் இரண்டு செவிகளிலும் வயர்களைப் பொருத்திய கருவிகள் இணைக்கப்பட்டிருந்தன. அதில் இருந்து பச்சை நிறத்தில் விட்டு விட்டு ஒளிர்ந்த காட்சி என்னவோ ஒரு தவறைச் செய்துவிட்டது போல அன்னாவை அமைதி கொள்ள வைத்தது.

"உங்களை இயக்கம் நம்புது."

முணுமுணுத்த கூல் கிளிண்டனின் பார்வை அவன் முன்னே இருந்த மடிக்கணினியின் புள்ளிகளில்தான் இருந்தது.

"ஏதோ பிழைக்கும் என்று நினைக்கிறன் அம்மா."

கூல் கிளிண்டன் சொன்னதில் 'அம்மா' மட்டும்தான் அன்னாவுக்கு முக்கியமாகப் பட்டது.

"நானாத்தான் கேட்டு வாங்கிக்கொண்டு வந்தனான் இந்த இடத்தை. உங்களையும்தான்.. எனக்கு வேண்டியது அமைதி."

சிரித்தபோது அப்படியே தமிழ்ச்செல்வன் போலச் சிரிக்கிறான் என்று சொல்ல வந்ததை அன்னா சொல்லவில்லை. அன்னாவின் மூத்தவன் மாவீரனான செய்தியை இயக்கம் அறிவிக்க முதல் அன்னாவுக்கு ஓடிவந்து சொன்ன கூல் கிளிண்டன் இவன்தானா என்பதில் அன்னாவுக்கு சந்தேகமாகத்தான் இருந்தது. அந்த அழுகையை அவனும் மறந்திருக்க மாட்டான் என்பதை 'அம்மாவி'ல் இருந்த அழுத்தம் சொன்னது.

வீட்டில் இருப்பதுபோல அன்னாவும் இயல்பாகிப்போன நாளில்தான் கூல் கிளிண்டன் நெற்றியைத் தடவிக்கொண்டு சொன்னான்.

"இண்டைக்கு நீங்கள் வீட்டுக்குப் போகாதீங்க."

காதுகளில் பொருத்திக்கொண்டிருந்த கருவியைத் தாண்டி, தான் சொல்லும் மறுமொழியை அவன் கேட்பான் என்பதில் அன்னாவுக்குச் சந்தேகம் இருந்தது. கூல் கிளிண்டன் எழுதிக் கொடுத்த தகவல்களால் 'அப்ப நான் எங்க போறது?' என்ற கேள்விக்கு இடம் இல்லாமல் போனது. அவர்கள் இரண்டு நாட்களுக்கு உள்ளேயே தங்கிக்கொள்ளும் வண்ணம் அனைத்து ஏற்பாடுகளையும் அதில் அட்டவணை போட்டிருந்தான். இயற்கை உபாதைகளுக்கு மட்டும் வெளியே போக வேண்டிய நேரமும் கூட துல்லியமாக குறிக்கப்பட்டிருந்தது.

மூத்தவன் கடைசியாக வீட்டைவிட்டுப் போனபோது கையைக் குலுக்கிப் போனது போல கூல் கிளிண்டனுடன் கைகுலுக்கத் தோன்றியதை மறைத்துக்கொண்டு வெள்ளைக் காகிதத்தின் குறிப்புகளில் கவனத்தைக் குவித்தாள்.

ஆழமான அந்தப் பெரும் குழியை இரவின் நிழல்களெதுவும் ஆக்கிரமிக்கவில்லை. அன்னாவுக்கு கூல் கிளிண்டனின் நினைவுகளைப் பகிர்ந்துகொள்ள யாராவது இருந்தால்

நல்லது என்று தோன்றியது. ‘ஒளியைப் பார்த்தால் என்னுடைய கண்கள் கலங்கிச் சிவந்து விடுகின்றன’ என்று ஒருமுறை அன்னாவுக்குச் சொல்லியிருந்தான். இந்த மண்ணையும் மனிதர்களையும் பார்த்தால் தன்னுடைய கண்கள் கலங்கிச் சிவந்துவிடுகின்றன என்பதை அன்னாவிடம் அப்போதும் சொல்லவில்லை.

எந்த மனிதனின் நிழலும் இல்லாத இரவாகிப் போனதில் ஓர் அசதியை உணர்ந்துகொண்டு குழிக்குள் ஒளியேதும் தெரியுமா என்ற ஆவலுடன் சுற்றிச் சுழன்று வந்து பார்த்தாள். தலையின் கிறக்கத்தில் கால்களை மடக்கிக் கொண்டு குழிக்கு அருகிலே குந்தியிருந்தாள்.

அந்த இரவு மீளவும் சூழ்ந்து கொண்டது. இரவு எட்டு மணிவரையில் எந்தக் குழப்பமும் இல்லாமல் இருந்த கூல் கிளிண்டனுடன் அளவளாவுவதில இருந்த அணுக்கம் அன்னாவுக்கு பெரும் ஆறுதலாக இருந்தது. கூல் கிளிண்டனின் முகம் இருளத் தொடங்கியது துல்லியமாக எட்டரை மணிக்கு மேல்தான் என்று அன்னாவுக்கு நினைவுக்கு வந்தது. ‘தமிழ்ச்செல்வன் வாகனம் போற நேரம்’ என்பதை ஏதோ ஞாபகத்தில் சொல்ல வாயெடுத்தவள் கூல் கிளிண்டனின் கவனத்தைச் சிதைக்க விரும்பாமல் அமைதியில் உறைந்து கொண்டாள். கையில் இருந்த வெறுந் தேத்தண்ணியின் சூடு மட்டும் ஆறுவதாகவே தோன்றவில்லை.

கூல் கிளிண்டனின் மேசையில் இருந்த வெறுந் தேத்தண்ணி பச்சைத் தண்ணியாக ஆறிப் போயிருந்தது. ஆனாலும் ஒவ்வொரு மிடறு குடித்துக்கொண்டிருந்த கண்களைச் சந்திக்க முடியாமல் குளிர்க்கண்ணாடி மறைத்துக் கொண்டிருந்தது.

'ரீட் ரீட் ரீட்..' என்ற ஓசையைக் கேட்டுக் கதிரையில் கண்மூடிச் சாய்ந்திருந்த அன்னா திடுக்கிட்டு எழுந்தபோதும் கூல் கிளிண்டனிடம் எந்தச் சலனமும் இருக்கவில்லை. அந்தப் பதிமூன்றடி அறையில், தான் மட்டும் நிறைந்திருப்பது போலப் பணிகளில் மூழ்கியிருந்தான். கைகள் மட்டும் அதன் போக்கில் வயர்களுடனும் மடிக்கணினியின் எழுத்துகளுடனும் பிணைத்துக்கொண்டது போல இயங்கிக் கொண்டிருந்தன.

அன்னா, கூல் கிளிண்டனையும் தன் கையில் கட்டியிருந்த மணிக்கூட்டின் நேரத்தையும் பார்த்துவிட்டு கண்களை மீண்டும் மூடிக்கொண்டாள். மணி இரண்டே முக்காலைத் தாண்டிவிட்டது என்பது மட்டும் கவனத்தில் இருந்தது.

நிலம் அதிர்ந்ததை அன்னாவும் கூல் கிளிண்டனும்தான் துல்லியமாக உணர்ந்திருக்க வேண்டும். பனை ஒன்று வேர்களின் பிடி நழுவிக்கொண்டு பூமியின் ஆழம் நோக்கி ஊடுருவிப் போனது போல ஓர் உணர்வு அன்னாவுக்குள் ஏற்பட்டது. மேலே போய் எட்டிப் பார்த்துவிட்டு வருவதற்கு எத்தனித்த அன்னாவின் இடது கையை வலுவாகப் பற்றிய கைகள் இரும்புக் கதிரையில் அமர வைத்தது.

ஒரு நீண்ட அமைதியின் பின்னே கூல் கிளிண்டன் குளிர்க்கண்ணாடியைக் கழற்றி மேசையில் வைத்துவிட்டு ஒன்றை மட்டும் சொன்னான்.

"பிரிகேடியராக இருக்கலாம்.."

அவனுடைய கண்களை யாரும் கவனிக்க முடியாமல் இறுக மூடிக்கொண்டது அன்னாவுக்கு ஏதோ உணர்த்தியது. அவளுக்குள் நாலைந்து பெயர்கள் சுற்றிக்கொண்டு வந்தாலும் தமிழ்ச்செல்வன் என்றே தோன்றியது. கூல் கிளிண்டன் குளிர்க்கண்ணாடியை எடுத்துப் போட்டுக்கொள்ளும் வரையில் அவன் முகத்தையே சலனம் இன்றிப் பார்த்துக்

கொண்டிருந்தாள். நான்கு மணிக்கு இன்னும் ஐந்து நிமிடங்கள் மட்டுமே இருப்பதை கைக்கடிகாரம் காட்டிக் கொடுத்தது.

தமிழ்ச்செல்வனின் படுக்கையறையில் விழுந்திருந்த குழியின் ஆழத்தை அன்னாவால் நினைவில் மீட்டுக்கொள்ள முடிந்தது. தமிழ்ச்செல்வனின் உடலை மீட்டுக்கொண்டு போன கணத்தில்தான் கூல் கிளிண்டனை குளிர்க்கண்ணாடி இல்லாமல் அன்னா பார்த்தாள். கூல் கிளிண்டனின் கண்களில் எல்லாவற்றையும் சந்தேகிக்கும் கருமை நிறைந்திருந்தது. இமைகளின் நெருக்கத்தில் அவனுடைய இயலாமை இருண்டிருந்தது.

இருள் இன்னும் இன்னும் ஆழ நிரப்பிக்கொண்டிருந்த குழியை வெறித்துக் கொண்டிருந்த அன்னாவுக்குக் கூல் கிளிண்டன் மட்டும் கண்ணில் படவேண்டும் என்ற ஆவல் மட்டும் பெரும் ஊற்றாய்ப் பெருகிக் கொண்டிருந்தது.

"நான் அண்டைக்கு தலைமைக்குச் சொன்னதை உங்களுக்கு சொல்லுறதில எனக்கொண்டுமில்லை."

குரல் கூல் கிளிண்டனோடதுதான் என்பதில் அன்னாவுக்கு ஐமிச்சம் எதுவும் இருக்கவில்லை. நான்கு திசையும் இருண்டிருந்தாலும் தேடும் ஆவல் மட்டும் கண்களில் மிதக்கத்தான் செய்தது.

"வேண்டாம் அம்மா. நான் நம்புறதில்லை. திரும்பிப் பார்க்காமல் போங்கோ."

அக்குரலில் கருணையைத்தான் அன்னாவால் உள்வாங்கிக் கொள்ளமுடிந்தது. தளர்ந்து போயிருந்த கால்களை மனதால் வலுவாக்கிக்கொண்டு எழுந்து நின்று சில அடிகள் எடுத்து வைக்கும் வரையில் சுற்றிலும் எந்தச் சலனமும் இருக்கவில்லை. ஏதோ ஒரு நிராசை மனதைப்

பிழிந்துகொண்டிருந்த கணத்தில் கூல் கிளிண்டனின் குரல் கால்களைக் கட்டுப்படுத்திக் கொண்டது.

"ஓம்.. உள்ள இருந்துதான் தகவல் போயிருக்கும். நானும் முயற்சி செய்தனான். ஆழ ஊடுருவும் இராணுவத்தினரின் கிளைமோர் தாக்குதலில் சிக்கின என்ர உடம்பில் கால்கள் இரண்டும் நசுங்கி நீங்கள் பார்க்கும் வரைக்கும் நான் முயற்சி செய்தனான்தான். அடுத்த நாள் உயிரும் போயிற்று. தோத்திட்டன்.. தோல்வியை ஒப்புக்கொள்ளுறதும் முக்கியம் தான்."

அன்னாவுக்கு அந்த இடத்தில் நிற்பதற்குக் கால்கள் ஒத்துழைக்கவில்லை. அந்த ஆழமான குழியைத் திரும்பிப் பார்க்கும் அவாவை மனதில் ஆழப் புதைத்துக்கொண்டு முன்னோக்கி நடந்தாள். கால்கள் குழைந்திருந்த பருத்த உடல் ஒன்று ஆழக்குழிக்குள் அசைந்தசைந்து உள்ளிறங்கிக் கொண்டிருந்தது. அன்னாவின் நடையின் வேகம் போல இரவும் விடியலை நோக்கி நகர்ந்து போய்க் கொண்டிருந்தது.

5

அதிகாலைகளில் வரும் சாவுச் செய்திகள் எல்லாம் கிளிண்டனுக்கும் முகமூடி ராசனுக்கும்தான் முதலில் தெரிகின்றதோ என்ற எண்ணம் அன்னாவுக்கு அடிக்கடி ஏற்படுவதுண்டு.

கிளிண்டன் தகவல் தொடர்புகளை ஊடறுத்து தலைமைக்கு செய்தி அனுப்புகிறவன் என்றால் முகமூடி ராசன் அவனுக்கு இணையாகச் சாவுச் செய்திகளைச் சுமந்துகொண்டு அலைகிறவன் என்பதில் அன்னாவுக்கு மாற்றுக்கருத்து இருக்க முடியாது. முகமூடி இல்லாமல் ராசனை அன்னாவும் பார்த்ததில்லை.

சடலங்களை ஒழுங்குப்படுத்தி வாசனைத் திரவியங்கள் பூசி மரத்தாலான பெட்டிகளில் அடைத்து ஒப்படைக்குமிடமான ராசன் பணிபுரிந்த இடத்திற்குப் போனால் அவன் முகத்தைப் பார்க்க முடியும் என்று பலரும் சொல்லியிருக்கிறார்கள். அன்னாவுக்கு ஏனோ அங்கு செல்லும் மனத் தைரியம் கடைசி மட்டும் வாய்க்கவில்லை.

இதுபோன்ற ஓர் அதிகாலையில்தான் முகமூடி ராசனை ஒரு நாள் அன்னாவும் சந்தித்திருந்தாள்.

“நான் உங்கட பேச்சைக் கேட்டுத்தான் இயக்கத்துக்கு போனனான் தெரியுமோ?”

தன்னை அறிமுகம் செய்துகொண்ட முகமூடி ராசனை அன்னாவுக்கு கொஞ்சமும் தெரியவில்லை. அவன் இடத்தையும் நாடகத்தையும் சொல்லியும்கூட அடையாளம் பிடிபடவில்லை. அன்றைக்கும் சேர்ந்து கொண்ட இளைஞர்களில் எண்ணிக்கை மட்டும் முப்பத்தியேழு

என்பதை மட்டும்தான் அன்னாவுக்கு முகமூடி ராசனால் ஞாபகத்திற்குக் கொண்டுவர முடிந்தது.

பிரிகேடியர் தமிழ்ச்செல்வனின் உடலைப் பார்க்க தலைவர் நிச்சயமாக வருவார் என்று அலரிமாளி வரையில் உறுதியாகத் தெரிந்து கொண்டிருந்தாலும் தலைவர் போவதைத் தவிர்க்க வேண்டும் என்ற குரல்களும் இருண்ட மூலைகளில் கேட்டுக் கொண்டிருந்தன. தமிழ்ச்செல்வனின் படுக்கையறை வரையில் கவனித்துக் கொண்டிருக்கும் கருங்குருவிகள் தலைவரின் வருகையைப் பயன்படுத்திக் கொள்ளும் என்பதைச் சொன்னவர்களை யாராலும் உடனடியாகக் கட்டுப்படுத்த முடியவில்லை.

அனைத்து உரையாடல்களும் நடந்து கொண்டிருந்த தருணத்தில் தனது மெய்க்காப்பாளர்களின் பாதுகாப்பையும்கூட மட்டுப்படுத்திக் கொண்டு தலைவர், தமிழ்ச்செல்வனின் வீட்டுக்கு வந்து போயிருந்தார்.

தலைவர் நிச்சயம் தமிழ்ச்செல்வன் வீட்டுக்கு வருவார் என்பதில் சந்தேகம் இல்லாமல் இருந்தவர்களில் அன்னாவுடன் கூல் கிளிண்டனும் முகமூடி ராசனும் அடக்கம். அந்த மரண வீட்டின் நெருக்கடியான சூழலிலும் கூல் கிளிண்டனையும் முகமூடி ராசனையும்கூட பொதுமக்கள் ஒரு மாதிரியாகத்தான் பார்த்தார்கள். அன்னாவுக்கு கிளிண்டனின் குளிர்க்கண்ணாடியும் ராசனின் கண்களைத் தவிர்த்து முகம் முழுவதையும் மறைக்கும் முகக்கவசமும் பெரும் தொந்தரவாகத்தான் அப்போது தெரிந்தன.

முகமூடி ராசனிடம் நேரடியாகக் கேட்கவில்லை என்றாலும் கிளிண்டனிடம் ராசனின் முகமூடி வழக்கம் குறித்து ஒருமுறை கேட்டிருக்கிறாள்.

"உயிரற்ற உடல்களில் இருந்து வெளிப்பட்ட உலர்ந்த எக்சோரா பூக்களின் நுண்ணிய வாசத்தை மனிதர்கள்

மத்தியில் கண்டுணர முடியாததை நான் உனக்கு எப்படி வெளிப்படுத்துவேன். என்னால் மனிதர்கள் மத்தியில் முகமூடி இல்லாமல் ஒருபோதும் வாழ்ந்துவிட முடியாது. உண்மையில் அது முகமூடி இல்லை.. என்னுடைய முகக்கவசம்."

அவன் சொன்னது முழுக்கவும் தனக்கு ஞாபகம் இல்லை என்றான் கிளிண்டன். ஆனால் அவன் சொன்னதின் சாரம் இதுதான் என்று மட்டும் உறுதியாகச் சொன்னான்.

கொடும் யுத்தக்களத்திலும் வித்துடலை கைப்பற்றிக் கொண்டுவருவது மிகவும் முக்கியத்துவம் வாய்ந்ததாகக் கருதப்பட்டது. கட்டளையை மீறியும் போய் வித்துடலைக் கொண்டுவரும் போராளிகளை முகமூடி ராசன் பார்த்திருக்கிறான். களத்தில் இருந்து உடல்களைக் கொண்டு வருவதற்கு ராக்டர் முதற்கொண்டு எந்த வாகனமும் சூழலுக்கு ஏற்றாற்போல பயன்படுத்திக் கொண்டிருந்த நேரத்திலும்கூட ராசன் முகமூடி அணிந்திருக்கவில்லை.

இரத்தம் வடிந்து கொண்டு வந்து ஒப்படைத்த தோழனின் உயிர் காப்பாற்றப்பட்டுவிட்டதா என்று நள்ளிரவில் அலைந்து திரிந்து வரும் போராளிகளை ராசன் உடனே அங்கிருந்து அனுப்பி விடுவதில்லை. ஏதாவது ஒரு கதையை அவர்களின் மனதிலிருந்து பிடுங்கி எடுத்துவிடுவான். அதைத் தாங்கிக்கொள்ள முடியாமல் அழுது தீர்த்துவிட்டு அங்கிருந்து போனவர்கள் பலர் உண்டு. அப்போதும் வலுக்கட்டாயமாக சுடு தேத்தண்ணியை அவர்களின் கரங்களில் வைத்துவிட்டு தோளோடு அணைத்துக்கொள்வான்.

ராசனின் நடவடிக்கைகள் சார்ந்த கோப்புகள் எல்லாம் அன்னாவின் பார்வையையும் கடந்துதான் போனது. ஆனாலும் அன்னாவைச் சந்திக்கும்போது ராசனின் பொறுப்புகள் மாறியதால் முகத்தில் முகமூடி ஏறியிருந்தது.

இரத்தம் வடிந்தும் காய்ந்தும் இறுகியும் வரும் வித்துடல்களை மருத்துவக் குழுக்களின் மேற்பார்வையில் கையாள்வதில் முதலில் ராசனும் திணறித்தான் போனான். செவிலியர்கள் போல முகக்கவசம் போட்டுக்கொண்டபோதும் அவன் திணறியதை அனைவரும் அறிந்திருந்தார்கள். இது, அனைவரும் கடந்து வரும் நிலைதான் என்பதுடன் ராசன் சகப் போராளிகளையும் வித்துடலைப் பற்றி விசாரிக்கும் மாவீரர் குடும்பங்களையும் கையாளும் பாங்கு மருத்துவர்கள் முதற்கொண்டு அனைவரையும் கவர்ந்திருந்தது.

மருத்துவர்களின் மரியாதையைப் பெற்றுக்கொண்டவனாக மட்டுமல்லாமல் குறைந்த போராளிகளை மட்டுமே வைத்துக்கொண்டு ஒரே நேரத்தில பல வித்துடல்களை பெற்றவர்களிடம் ஒப்படைக்கத் தயார் செய்து விடுவான்.

"பூக்களின் வாசனையால் நிரப்பப்பட்ட மரப்பெட்டியில் கிடத்தப்பட்ட வித்துடலையும் மலர் போலத்தான் கையாளவேண்டும்."

இதை அவ்வப்போது, அனைவருக்கும் கேட்கும் வண்ணம் சத்தம் போட்டுச் சொல்லுவான். அவன் குரல் பலமாக ஒலித்துக் கொண்டிருக்கும்போதே சடசடவென்று வித்துடல்களை அஞ்சலிக்குத் தயாராக்கி வாகனங்களில் ஏற்றி அனுப்பிக்கொண்டே இருப்பார்கள். அந்த நாட்களில் மட்டும் ராசனின் முகத்தில் ஒருபோதும் முகக்கவசம் இருப்பதில்லை. எந்த வித்துடலையும் அவனால் சற்றும் முகம் சுழிக்காமல் அமைதியாகக் கையாள முடிந்தது.

அவன் முகக்கவசத்தை அணிந்துகொண்டுதான் வெளியே போய் வந்துகொண்டிருந்தான். ஆரம்பத்தில் இதைச் சுட்டிக் காட்டியவர்கள் ஒரு கட்டத்தில் அதை மறந்து போனார்கள். அவனால் அந்தப் பழக்கத்தை இறுதி வரையில் மறக்க முடியவில்லை. ஒருநாள் அவனுடைய சிதைந்த வித்துடலைப்

பார்த்தவர்கள் முகம் முற்றிலும் சிதைந்து போனதாகப் பேசிக்கொண்டார்கள்.

அன்னாவும் கூல் கிளிண்டனும் மட்டும்தான் அவன் முகமூடியுடன் படுத்திருக்கிறான் என்று தங்களுக்குள் எண்ணிக்கொண்டார்கள்.

ஏதோ ஒரு மிருகத்தின் உடல்தான் தீயில் பொசுங்கிக் கொண்டிருக்க வேண்டும். அந்த இருளில் எங்கு தேடுவது என்று தெரியாமல் அன்னா தளர்ந்து போனாள். ராசனின் முகமூடி இருந்தால் போட்டுக்கொள்ளலாம் என்று திடீரென்று தோன்றியதை அவளால் புரிந்துகொள்ள முடியவில்லை. கைகள் தாமாகவே வியர்த்து ஈரமாகியிருந்த சீலையின் தலைப்பை முகத்தில் அழுத்திப் பிடித்துக்கொண்டன.

முகமூடி ராசனின் அசைவுகள் எதுவும் இருளின் நிழல்களில் தெரிகிறதா என்று பார்வையின் எல்லைகள் வரையில் நோட்டமிட்டாள். இருளுக்குள் பார்வையும் சுருங்கிக் கொண்டே வந்தது. கூல் கிளிண்டனின் குரல் கேட்ட திசையில் மறுபடியும் போய்வரலாம் என்ற எண்ணத்தைத் தட்டிக்கழித்துக்கொண்டு கடந்து போவது கடினமாகத்தான் இருந்தது என்றாலும் இரவு நீடிக்கப்போவது இராணுவம் வரும்வரைதான் என்ற எண்ணம் இன்னும் இன்னும் என வேகமாக அவளது கால்களை விரட்டியது.

இரவைப் பிடித்து நிறுத்திவிடும் வேகத்தில் அன்னா முன்னேறிப் போய்க்கொண்டிருந்தாள்.

6

தேசம்... தேசமென்று பற்றுக்கொண்டிருந்தவர்களுள் அன்னாவின் குடும்பமும் ஒன்று. ஒருவர் இயக்கத்தில் இணைந்து கொள்வதால் அவரது குடும்பமும் இயக்கமாகி விடுகிறது. விடுமுறையில் வருகிறபோது சக போராளிகளோடு வருவார்கள். களத்திலிருந்து தன்னால் வரமுடியாத நாட்களில் கூட்டாளிகளிடம் கடிதங்களைக் கொடுத்துவிடுவார்கள். பிறகொரு நாளில் கடிதம் போலவே, வித்துடலை சுமந்தபடியும் கூட்டாளிகள் வருவார்கள். ஒரு வீரச்சாவு என்பது கூட்டுக்குடும்பத்தின் இழப்பெனத் தோன்றுவதற்கு அதுவே காரணமாய் அமைந்தது.

யாசிர் அராபத்தின் தோற்றத்தைத் தொலைவிலும் அடையாளம் காட்டுவது அவரின் தலையைப் பாதுகாத்துக் கொண்டிருக்கும் தொப்பிதான். இருளின் நிழலிலும் அன்னாவுக்கு அவரை அடையாளம் காண்பது ஒன்றும் அவ்வளவு கடினமானதாக இருக்கவில்லை. நெருங்கி வரும்போது அவருடைய தொப்பியும் ஒளி பொருந்திய முகத்துடன் ஒன்றிப் போயிருப்பதை துல்லியமாகக் கண்டுகொள்ள முடிந்தது.

“இரவின் குளுமையில் களைப்புத் தெரியாது என்ன..?”

உறைந்திருந்த அன்னாவின் மனதில் அந்த நாட்களின் நினைவுகள் இருண்டு வந்தன.

கிழக்கு மாகாணத்திலிருந்து வந்து சேர்ந்த சடலங்களில் காக்காவின் உடலை மட்டும் தனியாகப் பிரித்தெடுத்து பத்திரப்படுத்தும் பொறுப்பு முகமூடி ராசனிடம்தான் ஒப்படைக்கப்பட்டிருந்தது. யாசீர் காக்காவின் உடலுக்கு என்று பிரத்தியேக வாசனைத் திரவியங்கள்

பயன்படுத்தப்பட்டிருந்தன. இரண்டு காதுகள் இருக்க வேண்டிய இடத்தில் மாவிலைகள் மட்டும் வைத்து வளைத்துக் கட்டப்பட்டு இருப்பதை தொட்டுப் பார்க்கிறவர்கள் ஒருவேளை உணரக்கூடும் என்பதை பதட்டத்துடன் அன்னாவிடம் பகிர்ந்து கொண்டபோது உடனடியாக அவள் விலகிப் போயிருந்தாள்.

அவள் விலகிப் போகவும் இரண்டு மூத்த தளபதிகள் அங்கு வந்து சேரவும் சரியாக இருந்தது. மேல் மட்டத்தில் இருந்து கொண்டு வந்திருந்த மலர்மாலைகளை அணிவித்தனர். காக்காவை கிழக்கு மாகாணத்திற்கு அனுப்பி வைத்திருக்கக் கூடாது என்று அவருடைய மரணத்திற்குப் பிறகு பேசிக்கொண்டாலும் நடந்தது வேறு கதையாக இருந்தது.

யாசீர் காக்காவுக்கு ஈழ வரைபடம் அத்துப்படி. கிழக்கில் நீண்டகாலம் இருந்ததால் ஊர்களின் சந்து பொந்துகள் மட்டும் இல்லாமல் காடுகளில் இருந்த பாதைகளும் தெரியும். காட்டுக்குச் சந்தேகம் வராமல், பெரும் படைக்கும் சேதாரம் வராமல் கொண்டுபோய்ச் சேர்ப்பதில் காக்காவின் திறமை மேல் மட்டதில் உள்ள அனைவருக்கும் தெரிந்த செய்திதான்.

“இந்தச் சூழலில் என் போன்ற ஒரு மூத்தவன் போவதுதான் முறை. எங்களுக்கு என்று சில கடமைகள் இருக்கின்றன.”

தலைமைக்கு வந்த கடிதத்தின் கதை, அன்னா போன்றவர்களுக்கு எட்டும் முன்னமே காக்கா வவுனியாவில் இருந்து புறப்பட்டுச் சென்றிருந்தார். அதற்குப் பிறகு அன்னாவுக்கு வந்து சேர்ந்த கடைசிச் செய்தி அவருடைய வீரச்சாவு செய்திதான்.

“எனக்குத் தெரியும் அவன் இங்கின தான் நிக்கிறான்.”

காக்கா சொன்னபோது அன்னாவின் கால்கள் ஒரு கணம் நிதானித்து முன்னெடுத்து வைத்துக்கொண்டன.

"நான் அவனைப் பார்க்கேல்ல.." என்று முடித்துக்கொண்ட அன்னா..

"எனக்குச் சரியாக அடையாளமும் தெரியாது தானே.."

கூடுதல் வாக்கியத்தையும் அவசரமாகச் சேர்த்துக் கொண்டாள்.

"உன்ர மூத்தவனை விட மூத்தவன். அடையாளம் காண தொப்பி எல்லாம் அவன்ர தலையில இருக்காது."

சொல்லிக்கொண்டு முன்னே விறுவிறுவென்று நடந்த காக்காவை அன்னாவால் நெருங்கிப் போக முடியவில்லை. வீடு தெரியும் அங்கு தான் போவார் என்று மட்டும் தனக்குள் சமாதானம் சொல்லிக்கொண்டு ஒளி மறைந்து கொண்டிருந்த இருண்ட பாதையில் நடையை வேகப்படுத்தினாள்.

அன்னாவுக்கு முன்னே பறந்து போன எறிகணைகள் ஒரு கணம் நிலத்தை அசைத்தன. காக்காவுக்கும் தனக்கும் இடையில்தான் எறிகணைகள் விழுந்து வெடித்தன. ஆனாலும் காக்காவின் ஒளி, தூரத்தில் பத்திரமாக சென்றுகொண்டிருக்குமென்றே ஆழ்மனது உறுதி சொன்னது.

இன்னும் சில காற்றை ஊடுருவி வந்துகொண்டிருக்கும் சத்தம் துல்லியமாக அன்னாவின் செவிகளில் விழுந்தது. ஒரு கணமும் அசையாமல் நின்றுகொள்வதில் அவள் உறுதியாக இருந்தாள். கடைசி எறிகணை உயர்ந்த தென்னையைச் சாய்த்திருக்கவேண்டும். சிதறி முறியும் தென்னையின் ஓலம் செவிப்பறைகளில் எதிரொலித்தது.

7

உள்ளங்கைக் கூழங்கள் கொடுந்தணல் போல் கொதித்தது. நிலத்தின் அனலா அல்லது மனதின் அனலா என்ற குழப்பங்களை மீறி தூரத்தே எரிந்துகொண்டிருந்த உயர்ந்த பனையில் நிலைக்குத்தி இருந்தது அன்னாவின் பார்வை. அவர்கள் உயர்ந்த பனையைத்தான் குறி வைக்கிறார்களா அல்லது கண்ணில் படுகின்றவை எல்லாம் கருகிவிட வேண்டுமென்று கங்கணம் கட்டிக்கொண்டுதான் வருகிறார்களா யாருக்குத் தெரியும். பனையின் அனலில் இருந்து பறந்து போன துண்டங்கள் அன்னாவை யோசிக்க வைத்தபோது கால்களின் தடங்கள் வலதுபக்க வீதியில் சுழன்று திரும்பியிருந்தன.

லீலாவையும் கொண்டு போயிருப்பார்கள் என்று அவள் உறுதியாக நம்பினாள். அவளைக் கொண்டு போயிருக்க வேண்டும் என்ற பதட்டம் இப்போது உள்ளங்கையில் உலை போலக் கொதிக்கத் தொடங்கியது. லீலாவை செஞ்சோலையில்தான் முதன்முதலில் அன்னா சந்தித்தாள்.

செஞ்சோலையில் இருந்து தப்பித்து வந்து இயக்கத்தில் சேர்ந்திருந்த பிள்ளையை அன்னாவின் பொறுப்பில்தான் விட்டிருந்தார்கள். செஞ்சோலையில் படித்து வளரும் எந்தக் குழந்தையையும் ஆயுதம் சார்ந்த இராணுவ சேவைகளுக்கு சேர்க்கவே கூடாது என்ற கட்டாய விதியைத் தாண்டி சில பிள்ளையள் வரத்தான் செய்தார்கள். அவர்களின் மனதில் இருக்கும் காயங்களுக்கு ஆயுதம் தாங்கி நின்று பழி தீர்க்கும் ஆவலும் ஒரு காரணம் என்றாலும், தலைவரின் கோபத்திற்கு ஆளாகும் துணிச்சல் யாருக்கும் இருக்கவில்லை.

அன்னா ● 47

ஓடிவந்த பிள்ளையை அடித்துக் கொண்டுபோய்ச் சேர்ப்பது என்றால் ஆட்கள் நிறையவே இருந்தார்கள். அன்னாவிடம் ஒப்படைத்த காரணமே அந்தப் பிள்ளையின் மனதை சீராக்கி காயம் இல்லாமல் கொண்டுபோய் மறுபடியும் சேர்ப்பிக்க வேண்டும் என்பதுதான். அன்னா இரண்டு நாட்களுக்கு அவனைத் தன்னுடையை வீட்டில் தங்க வைத்துக் கொஞ்சம் கொஞ்சமாகப் பேசித்தான் லீலாவிடம் கொண்டு சேர்க்கும் நிலைக்கு வரமுடிந்தது.

செஞ்சோலை திறப்பு விழாவுக்கு வந்த தலைவர், நடந்து கொண்டிருந்த ஏற்பாடுகளைப் பார்த்து கொஞ்சம் சினந்து கொண்டதைக் கண்டவர்களில் லீலாவும் ஒருத்தி. போரின் வடுவாக அனாதைகளாகி இருக்கும் குழந்தைகளின் காப்பகத்தைத் திறந்து வைப்பதில் ஏன் இவ்வளவு தடபுடல் ஏற்பாடுகள் என்பதைப் பேச்சிலும் காட்டினார். அந்தக் காட்சியை லீலா சொல்லிக் காட்டியது அன்னாவின் மனதை விட்டு அகலவே அகலாது.

“வழமையா என்னை வாழ்த்தி ஒரு பாட்டுப் போடுவீர்களே.. அதை எப்பப் போடுவீர்கள்?”

ரிப்பன் வெட்டும் நேரத்தில், தூரத்தில் நின்று நிகழ்ச்சி ஏற்பாடுகளைக் கவனித்துக் கொண்ட தளபதியை அழைத்து நக்கல் சிரிப்புடன் கேட்டாராம். தளபதி என்ன சொல்வது என்று தெரியாமல் கையைப் பிசைந்துகொண்டு நிற்க தலைவருடன் சேர்த்து மொத்தச் சனங்களும் சிரித்ததாம். அந்த இடத்தின் சூழலையே ஒரு கணத்தில் தலைவர் திருப்பிப் போட்டுவிட்டார் என்று சொல்லித்தான் அந்தக் கதையை லீலா முடித்தாள்.

லீலாவின் புத்தியில் குழந்தைகள் மட்டும்தான் இருந்தார்கள். ஓடிப் பிடித்து விளையாடும்போது மட்டும் அவளால் குழந்தைகளைப் பிடிக்க முடிவதில்லை. அந்தக்

குழந்தைத்தனம்தான் அனைவரின் மேலான அன்பின் ஆதாரமாக அவளின் உள்ளே சுரந்து கொண்டிருந்தது.

செஞ்சோலையில் இரத்தம் பெருக்கெடுத்து ஓடும் என்று யாருக்குத்தான் தெரியும்? குழந்தைகளின் காப்பகத்தில் ஹிட்லர் குண்டு போட்டான் என்று கூட செய்திகள் ஏதும் வரலாற்றில் இல்லையே. இலங்கை இராணுவம் மட்டும்தான் அதற்கும் விதிவிலக்குப் போல.. செஞ்சோலையிலும் குண்டு வீசியது.

லீலாவின் மடியில் இரண்டு காய்ந்த தேங்காய்கள் போல வெந்து சிவந்து கிடந்தன இரண்டு பெண் குழந்தைகளின் தலைகள். அவள் தன் மடியில் பொத்திப் பிடித்துக் கொண்டிருந்த அக்குழந்தைகளின் தலைகளைப் பறித்து எடுத்து உடலில் சேர்த்துக் கொண்டுபோய்க் கிடத்துவதற்கு ஒரு கூட்டமே போராட வேண்டியிருந்தது. லீலாவை அந்த நினைவுகளில் இருந்து மீட்டெடுக்கவும் ஒரு கூட்டம் போராடவேண்டி இருந்தது.

குழந்தைகளின் தலைகளை மீட்டதுபோல அவள் நினைவுகளை மீட்டெடுக்க முடியாது போனதில் இருந்து லீலா தன் வீட்டோடு ஒடுங்கிக் கொண்டாள்.

அவளுக்கு யாரும் இல்லாததால் குழந்தைகளுடன் சேர்ந்து கொண்டவள் தனித்துப் போனபோது அன்னாவின் பொறுப்பில்தான் விட்டார்கள். தொடக்கத்தில் பயந்தது போல லீலாவினால் யாருக்கும் பிரச்சினை எதுவும் வரவில்லை. ஏனெனில் அவளுடைய உலகம் என்பது செஞ்சோலையில் மட்டுமே சுழன்று கொண்டிருந்தது.

ஊரில் எந்தத் திசையில் காய்ந்து சிவந்த தேங்காய் விழுந்தாலும் அவள் காதுகளில் மட்டும் துல்லியமாகக் கேட்டது. உயர்ந்த தென்னைகளில் கைவிடப்படும் தேங்காய்களே காய்ந்து பூமியில் நழுவின. காய்ந்து சிவந்த

தேங்காய்களை நெஞ்சோடு அணைத்துக் கொண்டுவந்து மண் வீட்டின் அறையொன்றில் பத்திரப்படுத்திக்கொண்டாள். அந்த அறை முழுவதும் குவிந்து கொண்டிருந்த கனிந்த தேங்காய்களின் காட்சி அன்னாவையும் கொஞ்சம் அசைத்துப் பார்த்த நாட்களை லீலாவிடம்தான் அவளும் பகிர்ந்துகொள்ள வேண்டியிருந்தது.

லீலாவின் வீட்டின் முன்கதவாக இருந்த துண்டு அந்த இருளிலும் காற்றில் பறந்து கொண்டிருப்பது அன்னாவுக்கு பதற்றத்தைக் கூட்டியது. வீட்டின் உள்ளே ஒளி அசைவுகள் ஏதும் இல்லை. இரவுகளில் பயந்துவிடுவாள் என்று அன்னாவும் பெண் போராளிகளும் மாறி மாறித் தூண்டிவிட்டுப் போகும் விளக்கு அணைந்து போய்க் கிடந்தது. லீலா மட்டும் எதையும் கொண்டு போகவில்லை என்பதை அந்தச் சிறிய வீட்டின் இருளிலும் அன்னாவால் கண்டுபிடித்துவிட கணங்கள் போதுமானதாக இருந்தது.

காய்ந்து சிவந்த தேங்காய்களைச் சேர்த்து வைக்கும் அறையைத் திறந்து பார்த்துவிடலாம் என்ற எண்ணம் மட்டும் அவளை ஒரு கணம் அங்கு காக்க வைத்தது.

லீலாவின் அறையில் குவிந்து கிடந்த காய்ந்த தேங்காய்கள் முளை விட்டு வளரத் தொடங்கிய நாளில் அவற்றை அப்புறப்படுத்தியாக வேண்டும் என்ற யோசனையை அன்னா சொன்னபோது அங்கு வந்து போகும் பெண் போராளிகளும் அதுதான் அவளின் வீட்டுக்கு நல்லது என்று ஒத்துக்கொண்டாலும் லீலாவை எப்படிச் சமாதானம் செய்வது என்பதில்தான் நம்பிக்கை இல்லாமல் இருந்தார்கள்.

லீலாவுக்குத் தெரியாமல் மட்டும் எதுவும் செய்ய வேண்டாம் என்பதை அவர்கள் சொன்னபோது அனைவரின் கண்களிலும் திரண்டிருந்த கருணை தென்பட்டது.

ஆனால் ஆச்சரியம் தரும் வகையில் அன்னாவின் கையில் இருந்து முளைத்த தென்னம்பிள்ளைகளை வாங்கிக்கொண்ட லீலா ஒவ்வொரு பெண் போராளிக்கும் இருகரம் நீட்டி வழங்கினாள். அப்போதும் அவள் காய்ந்து சிவந்திருந்த தேங்காய்களை அறையில் சேமிக்கும் பழக்கம் அப்படியேதான் தொடர்ந்தது.

அந்த வீட்டில் இருந்து லீலா காய்ந்து சிவந்திருந்த தேங்காய்களை மட்டும் பத்திரப்படுத்திக்கொண்டு போயிருப்பது அன்னாவுக்கு மனதில் மட்டும் இல்லாமல் உடலிலும் பாரத்தை ஏற்றியது. எப்படியும் வீடு போய்ச் சேரவேண்டும் என்று தோன்றியது.

லீலா இத்தனை நெருக்கடியிலும் எப்படித்தான் காய்ந்து சிவந்த தேங்காய்களைச் சுமந்துகொண்டு போயிருப்பாள் என்பதை மட்டும் அன்னாவால் கற்பனை செய்து பார்க்க முடியவில்லை.

எப்படியும் பெண் போராளிகள் அவளுக்குத் துணை போயிருப்பார்கள் என்பதை மட்டும் உறுதியாக நம்பிக்கொண்டு காலடிகளை வேகப்படுத்தினாள் விடியும் இருளில்.

8

வேலி அருகே குவித்திருந்த பூவரசம் இலைச் சருகுகளை காற்று கலைத்துப் போட்டிருந்தது. தென்னைகளில் மறைந்து வீசிக்கொண்டிருந்த காற்று தன்னை அடையாளம் காட்டிக்கொள்ள விரும்பவில்லை. காய்ந்த சருகுகள் மேல் சுருக்கம்விழுந்த உள்ளங்கையை விரித்துப் பார்த்துவிட்டு படலையைத் திறந்துகொண்டு உள்ளே போனாள். மக்களை வீரியம்கொண்டு அடித்து ஒழுங்காக்கிய கையும் இதுதான் என்று நெஞ்சுச்சதைகளின் உள்ளே நினைவுகள் விம்மின.

மூத்தவன் சுடப்பட்டு இறந்தான் என்று சொல்லிக் கொண்டாலும் காயப்பட்டவனின் தலையை அடித்து உடைத்தது துவக்கின் இரும்புதான். உடலைக் கைப்பற்றிக் கொண்டுவருவதற்கு எடுத்துக்கொண்டு வரும்முயற்சியில் நகுலன் என்ற தளபதியை இழந்திருந்தது படையணி. உடல்களைக் கொண்டு வந்து சேர்த்தது மட்டுமே வெற்றியாகிப் போன நாளில் அழுகைகள் அதிகம் கேட்டன.

அன்னாவின் வீட்டின் சடங்குகளை மட்டும் ஊரே பார்த்துக் கொண்டிருந்ததற்கு காரணம் இல்லாமல் இல்லை. ஊரில் எத்தனை பெடிபெட்டைகளைச் சேர்த்துவிட்டவள் என்று வாயடித்தவர்கள் காத்திருந்த நாளும் அதுதான். சொந்த மகன் போனால் மட்டும்தான் இவளுக்கெல்லாம் விளங்கும் என்றவர்களை விம்மி அழவைத்துவிட்டது மரண வீடு.

எட்டாம் நாள் அசைவ உணவுகளை எல்லாம் தயார் செய்திருந்தாள். மீனும் நண்டும் மட்டும் இல்லை. கணவாயும் றாலும் மட்டியும்கூட தலைவாழை இலையில் நிரம்பியிருந்தது. சோற்றுக்குப்பதில் சிவப்பரிசிமா புட்டு மட்டும் அவித்திருந்தாள். அது சுற்றி நின்ற

52 ● வாசு முருகவேல்

சனத்துக்கு வித்தியாசமாக இருந்தாலும் அங்கிருந்த சகப் போராளிகளுக்கு மட்டும் வித்தியாசமாகப்படவில்லை. அது அவர்களுக்குப் பழகிப்போனதுதான்.

களத்தில் இருந்து விடுமுறைக்கு எப்போது வந்தாலும் புட்டுதான் அவன் விருப்ப உணவு. பட்டப்பகல் வெய்யிலில் வந்தாலும் புட்டுதான் கேட்பான். மகனுக்கு அப்படியே செய்து பழகியதில் சக போராளிகள் யார் வந்தாலும் கேட்காமல் புட்டு அவித்துக்கொட்டிவிடுவாள். சம்பலோ சொதியோ அது நேர காலத்தைப் பொறுத்தது. ஆனால் புட்டு மட்டும் நேர காலத்திற்கு அப்பாற்பட்டதாக இருந்த வீடு அது.

அன்றைக்கு தளபதிகள் மூலம் செய்திகளை அனுப்பியும்கூட சின்னவன் வரவில்லை. முதலில்போன செய்திகளை தவிர்க்கும்போதே புரிந்துகொண்டிருக்க வேண்டும் என்ற எண்ணம் அன்னாவுக்கு நேரம் கடந்தே புத்தியில் ஏறியது.

"என்ன நடந்தாலும் நீ தலைவரோடதான் இருக்கோணும்."

மூத்தவன் தம்பிக்காரனிடம் சொல்லிமுடித்து..

"நானே செத்தாலும்.." என்று இழுத்தபோது புலிச்சீருடைக்கு மேல் முதுகில் தொம்மென்று விழுந்தது அடி.

சின்னவன் எப்படி ஓடித் தப்பினான் என்று கண்டுபிடிக்கும் கணத்தில் இரண்டாவது அடியும் முதுகில்தான் விழுந்தது. வாழை இலையில் குவிந்திருந்த புட்டில் இருந்து அசைந்துகொடுக்காமல் நெளிந்தான் மூத்தவன். எதற்கும் ஒருமுறை எட்டிப் பார்ப்போம் என்று படலையடி வரையில் வந்து பார்த்தாள்.

"இயக்கம் நல்ல ரெயினிங்தான் குடுத்திருக்கு போல."

நாலாப் பக்கமும் திரும்பிப் பார்த்துவிட்டு முணுமுணுத்துக் கொண்டு திரும்பிவந்து பார்த்தபோது வாழையிலை வழித்து துடைக்கப்பட்டிருந்தது.

தளபதிகள், வந்தவர்கள் போனவர்கள் செலவழித்தது போக தன்னுடைய சிறுசேமிப்பையும் கொட்டி, செத்த வீட்டை ஊரே பார்க்கும்விதமாக நடத்தி முடித்தாள்.

ஊரில் எங்கு வித்துடல் வந்தாலும் சனம் கூடுவது மரபாகிப் போனாலும் அன்னாவின் வீட்டில் அந்தக் கூட்டம் கூடியது தளபதிகள் சிலருக்கே கொஞ்சம் புதினமாகத்தான் பட்டது. போராட்டத்திற்கு பெடிபெட்டையைச் சேர்த்தாலும், வயது வரம்பில் தொடங்கி குடும்பச் சூழல் வரையில் கணக்கெடுத்து இயக்கத்தில் ஆள் சேர்த்தவர்கள் குறைவுதான். வயது வரம்பு மட்டுமே கணக்கில்கொண்டு செயற்பட்டவர்களை விடவும் அன்னாவுக்கு வந்த நல்ல பெயர் கொஞ்சம் அதிகம்தான்.

ஒரு பொம்பளை.. ஒரு தாய்.. என்று தமிழ் மரபில் இருந்த அத்தனை பெண் ஸ்தானங்களும் அன்னாவுக்குப் பூட்டி கடிந்து கொண்டவர்கள் அந்த ஊரின் சனத்தொகையில் பார்த்தால் கொஞ்சம் அதிகம்தான். அவர்கள் அழுதுகொண்டு வித்துடலைக் கொண்டு போனதுதான் அன்னாவுக்குக் கிடைத்த ஒரேயொரு இறுதி மரியாதை.

பூவரசம் வேலியடியால் அசைந்துபோன ஒளியின் நிழல் காக்காதான் என்று கண்டுபிடித்து எழும்பிப் போவதற்கு அன்னாவுக்கு ஒரு நொடி போதுமானதாக இருந்தது. காக்கா மகனைக் கண்டுபிடித்துவிட்டார் என்று சொல்லித் தெரிய வேண்டியதாக இருக்கவில்லை அன்னாவுக்கு. காக்காவும் மகனை முதுகில் அடித்துதான் வளர்த்திருப்பார். ஒத்தப்பிள்ளை என்று சொன்ன ஞாபகம். அணைத்தும்தான் வளர்த்திருப்பார் இல்லையா? "தொப்பி பிரட்டியள்"

என்று சொல்லுகிற சனம் கிளிநொச்சியிலும் இருக்கத்தான் செய்தார்கள்.

"நடந்த எதையும் முழுசாத் தெரிஞ்ச சனமும் இப்பக் குறைஞ்சு கொண்டுதான் போகுது. மிஞ்சுகிறவர்கள் தன்னையும் நாளைக்குப் பிரட்டி போட யோசிக்க மாட்டினும்."

மனதில் விம்மி வந்த வார்த்தைகளை மென்று விழுங்கிக் கொண்டு வெளி விறாந்தையில் கால்களை நீட்டி அமர்ந்தாள்.

காக்காவின் மகன் கடைசியாக விட்டுக்கு வந்துபோகும் போதும் அதுதான் கடைசிச் சந்திப்பு என்பதைக் கண்டுபிடிக்க காக்காவால் முடியவில்லை. அவன் அடிக்கடி வீட்டுக்கு வந்து போய்க்கொண்டு இருந்ததும் அதற்கு ஒரு காரணமாக இருக்கலாம். அவன் இயக்கத்தில் இருந்தாலும் நடவடிக்கைகளில் எந்த ஒரு மாற்றமும் தென்பட்டதில்லை.

புளொட் இயக்கத்தின் பிடியில் இருந்த போராளிகளை மீட்பதில் பெரும் பின்னடைவு ஏற்பட்டதற்கு காரணம் புளொட்டின் முகாமை அடைவதற்கு இந்திய இராணுவத்தின் பாதுகாப்பு சோதனைச் சாவடிகளைக் கடந்துபோக வேண்டியிருந்ததுதான். புலிகளின் முகாமைத் தாக்கி நான்கு பேரைக் கொன்றதுடன் மூவரைப் பிடித்துக்கொண்டு போயிருந்தது புளட்.

இந்திய இராணுவம் புலிகள் தாக்கப்பட்டது குறித்து கண்டுகொள்ளாமல் இருந்ததுடன் அவர்களின் இரகசியங்களை அறிவதற்கு உயிருடன் பிடிபட்ட போராளிகளை அடித்துச் சித்திரவதை செய்து கொண்டிருந்தது. எந்த வகையிலும் தங்கள் பெயர் வெளியே வந்துவிடாமல் இருக்கத்தான் புளட் இயக்கத்தை தங்கள் கட்டுப்பாட்டில் வைத்திருந்தார்கள். இந்திய இராணுவத்தின்

பாதுகாவலை மீறி உள்ளே போகும் திறமை காக்காவின் மகனிடம்தான் இருந்தது. அவன் காக்காவின் மகனாகவே புளட் அமைப்பில் சேர்வதற்கு அடிக்கடி அங்கு சென்று வந்துகொண்டிருந்தான்.

ஒரு மாதத் தொடர் அலைச்சலின் பின்னேதான் உயிருடன் பிடிக்கப்பட்ட இயக்கப் போராளிகள் அங்கு எந்த இடத்தில் அடைத்து வைக்கப்பட்டிருக்கிறார்கள் என்பதை அவன் கண்டுபிடித்தான். மிகுந்த போராட்டத்தின் இடையே அவர்களைக் கண்டுபிடித்தாலும் அவர்களை மீட்பது என்பது ஐமிச்சம் என்பதை ஏற்றுக்கொள்ள வேண்டி இருந்தது.

இந்திய இராணுவ முகாமைத் தாக்காமல் புளட் முகாமின் உள்ளே போவது சாத்தியமில்லை. இந்திய இராணுவத்தையும் புளட் இயக்கத்தையும் ஒரே இடத்தில் எதிர்கொள்வது பெரும் மோதலாக உருவெடுக்கும் என்பதால் அதைத் தவிர்ப்பதில்தான் தலைமை கவனம் கொண்டிருந்தது.

அவர்களை மீட்கும் பொறுப்பு அவனிடம் மட்டுமே ஒப்படைக்கப்பட்டது. இந்திய இராணுவ முகாமைக் கடந்து கொண்டுபோகக்கூடிய ஒரே ஆயுதம் உயிராயுதமான சைனைட் தான். அவன் கேட்டுக்கொண்ட சைனைட் குப்பிகள் அவனிடம் ஒப்படைக்கப்பட்டன.

அவன் வழக்கம்போல சாரமும் மேல்சட்டையுமாக இந்திய இராணுவக் காப்பரணுக்கு முன்னே காத்திருந்தான். அன்றைக்கும் அவனை உள்ளே கூட்டிக்கொண்டு போக யோகராசாதான் வந்து சேர்ந்தார். அரசியல் இயக்கங்களில் ஆர்வம் இல்லாதது போல ஊருக்குள் சுற்றிக் கொண்டிருக்கும் யோகராசாவுக்கு முழுநேரப் பணியே உளவு பார்ப்பதுதான். இவனைப் பலமுறை உள்ளே கூட்டிக்கொண்டுபோனது யோகராசாதான் என்பதை யாரும் நம்பப் போவதில்லை என்றாலும் அதுதான் உண்மை.

யோகராசா அவனைக் கூட்டிக்கொண்டுபோகும்போது இராணுவக் காப்பரணில் நின்றவர்கள் தடுத்து நிறுத்தியது அதுதான் முதல்முறையில்லை. யோகராசவுக்கே அந்த நிலைமை அடிக்கடி வந்திருக்கின்றது. யோகராசாவுக்கு கோபம் பொத்துக்கொண்டு வந்தாலும் சாறத்தைக் கவட்டுக்குள் சொருகிக்கொண்டு பேசாமல்தான் நின்றார்.

"இவன் முஸ்லீமா... அதுதான் சோனகனா?"

கேட்டதும் தான் அடுத்த நிமிசம் பதில் சொல்லிவிட்டார் யோகராசா.

"பேசாமல் சாறத்தை தூக்கிப் பாருங்கோ."

அவனுக்கு மட்டுமில்லை காப்பரணில் நின்றிருந்த இருவருக்கும் கூட கோபம் தலைக்கேறியது. பலநாள் வெறுப்பை வெளிக்காட்டிவிட்டதாக அவர் மகிழ்ச்சியடைந்தார். ஆனாலும் சாறத்தை தூக்கிக்காட்டச் சொன்னார்கள். யோகரசா திரும்பிப் பார்க்கும்போது அவன் சாறத்தைத் தூக்கியிருந்தான். அவன் முகம் சாறத்தைத் தாண்டி யோகராசவுக்குத் தெரியவில்லை. அவன் சாறத்தை தூக்கிக் பிடித்துக்கொண்டு நின்றாலும் இடுப்பு பகுதியைப் பத்திரப்படுத்திக் கொண்டான். அவன் பார்வை முழுவதும் வான் நோக்கி நிலைத்திருந்தது.

"வாடா உள்ள."

யோகராசா சொல்லும் வரையும் அவன் சாறத்தைக் கீழே இறக்கி விடவில்லை.

கொளுத்தும் வெய்யிலிலும் மத்தியான உணவை வியர்க்க விறுவிறுக்க சாப்பிட்டுவிட்டு வயிற்றை நிரப்பிக்கொண்டு அனைவரும் சுவர் ஓரங்களில் சாய்ந்திருந்த போதுதான் அவனைக் காம்ப்புக்குள் காணவில்லை என்பதையே கண்டுபிடித்தார்கள்.

நீண்ட தேடுதலுக்குப் பிறகு இயக்கப்போராளிகள் அடைத்து வைக்கப்பட்டிருந்த அறையில் சைனைட் அருந்திய நான்கு உடல்களைக் கண்டுபிடித்தார்கள். அதில் ஓர் உடல் மட்டும் நீலம் நிறைந்து விறைத்துப்போயிருந்தது. அதுதான் காக்காவின் மகன் என்பது செவிவழிச் செய்தியாகவே வீட்டுக்கு வந்து சேர்ந்தது. அதை உறுதிப்படுத்தியவர்களில் அன்னாவும் ஒருத்தி. அவன் எத்தனை சைனைட் கொண்டு போனான் என்பதைப் பொறுப்பாளர்அறிந்திருந்தார்.

"அது என்னுடைய பாதுகாப்புக்கு."

அவன் சொல்லியதை அவரும் ஏற்றுக்கொள்ள வேண்டியிருந்தது. அந்த மூன்று உயிர்களுக்கு முன்னே அவனுக்குத் தன்னுடைய உயிர் குறித்து என்ன தோன்றியது என்று அவனுக்கு மட்டும்தான் தெரியும். அன்னாவும் சில போராளிகளுக்கு சைனைட் பிணைத்த கயிற்றை கழுத்தில் அணிவித்திருக்கிறாள். அப்போதெல்லாம் அவள் கைகள் நடுங்காமல் இருந்ததில்லை. அவர்கள் புன்னகைத்தாலும் இவளுக்கு நெஞ்சுத்தண்ணி வற்றிப்போகும்.

நெஞ்சுச் சதைகளில் ஓர் இறுக்கம் அடைத்துக்கொண்டு வந்தது. தன் மக்களை நினைத்துக்கொண்டு தடவிக் கொடுத்தாள். ஒரு கரம்.. ஓரேயொரு கரம் உதவிக்கு இருந்தால் என்றொரு எண்ணம் மனதில் தாவியோடி காரிருளில் மறைந்தது.

"வீட்டுக்கொரு பிள்ளை.."

ஒரு கட்டைக்குரல் தூரத்தே கேட்டுக்கொண்டே இருந்தது. அது தன்னுடைய குரலா அல்லது யாருடைய குரல் என்று உணர்ந்துகொள்ளும் நிலையில் அவள் நினைவுகள் தெளிவாக இருக்கவில்லை.

9

காரை பெயர்ந்த வீட்டின் சுவர்கள் காலங்களைச் சுமந்திருந்தன. நிலத்தின் கீறல்கள் விரிசல்களாகியிருப்பது பாதங்களுக்குப் பழகிப் போயிருந்தது. இருண்ட வீட்டின் ஒவ்வோர் இடமும் கால்களுக்கு பழகிப் போனதில் சிமினி விளக்கை ஏற்றி வைக்க எண்ணமேதும் எழவில்லை.

சுவரின் மத்தியில் இருந்த மூத்தவனின் படத்தின் சட்டகங்கள் உறுதியாக இருப்பதை விரல் நுனிகளில் உணரக்கூடியதாக இருந்தது. ஊரின் மாவீரர்கள் நினைவுகளை எல்லாம் பெற்றவர்கள் தோள்களில் பயணித்து கிளிநொச்சியைக் கடந்திருந்தார்கள். ஒருபோதும் சுவரில் இடம்பிடிக்காத மனுசனின் சித்திரங்கள் இந்தக் கணத்தில் மனதில் வந்ததை அவள் விரும்பவில்லை என்று சொல்லிக்கொள்ள முடியாது. மனம் விரும்பாமல் நினைவுகள் தோன்றுவதில்லை.

மாதக்கணக்கில் மனுசன் வீடு திரும்பவில்லை என்பதை மேலிடத்தில் சென்று விசாரிக்க வேண்டிய வாழ்க்கை அவளுக்கு வாய்த்திருக்கவில்லை. இரண்டு மக்களைச் சுமந்துகொண்டு அலையும் திராணியும் அவளுக்கு அப்போது வாய்க்கவில்லை என்றாலும் இயக்கத்தின் தலைமைப் பீடத்திலிருந்து வந்த உத்தரவை மதிக்க வேண்டியிருந்தது.

அவளுக்கு மட்டும் அந்த உத்தவரவு போயிருக்கவில்லை என்பதை அங்கு சென்றடைந்தபோது வந்திருந்த குடும்பங்களின் கூட்டம் உறுதிப்படுத்தியது. முதலில் அது போராளிகளின் குடும்பங்களைப் பத்திரமாக இடம் மாற்றுவது தொடர்பான கூட்டம் என்று தோன்றினாலும் அங்கு பரவிக்கொண்டிருந்த கதைகள் அந்த அழைப்பின்

முக்கியத்துவம் அசாதாரணமானது என்பதை உணர்த்தியது. கோபாலசாமி மகேந்திரராசா என்ற பெயரையோ அல்லது மாத்தையா* என்ற பெயரையோ அதற்கு முன்னால் அவள் கேள்விப்பட்டதில்லை. அவளுக்குப் பிரபாகரன் தவிர இயக்கத்தில் யார் பெயரும் தெரியாத காலமாக அது இருந்தது.

பனை ஓலையால் வேய்ந்த குடிலில் அவர்களுக்கு முன் இருந்த தொலைக்காட்சியில் தோன்றிய மாத்தையா என்கின்ற கோபாலசாமி மகேந்திரராசாவை அறிந்தவர்கள் பலரும்கூட நேரில் பார்த்தது அன்றைக்காகத்தான் இருக்கும். முன்வரிசையில் இருந்து பரவிய அமைதி அங்கு நிறைந்துகொள்ள சில கணங்களே போதுமானதாக இருந்தது.

தொலைக்காட்சித் திரையை நிறைத்துக்கொள்ளும் கம்பீரத்துடன் தோன்றிய மாத்தையாவின் வாக்குமூலம் ஒளிபரப்பாகத் தொடங்கியதும் காற்றுப்போன பலூன் போல அவருடைய உருவம் சுருங்கிக்கொண்டே வந்ததை அவளால் உணர்ந்துகொள்ள முடிந்தது.

முன்வரிசையில் இருந்து விசும்பல்கள் கேட்டதே தவிர யாருக்கும் நடப்பது என்னவென்று சரிவர விளங்குவதற்கு சில நிமிடங்கள் தேவையாகவே இருந்தது.

★ மாத்தையா என்ற கோபாலசாமி மகேந்திரராசா விடுதலைப்புலிகளின் அரசியல் பிரிவான விடுதலைப்புலிகள் மக்கள் முன்னணி (PFLT) தலைவராகவும், புலிகள் இயக்கத்தின் உப தலைவராகவும் விளங்கியவர். 1993ஆம் ஆண்டு ஓகஸ்ட் மாதம் 1ஆம் திகதி மானிப்பாயில் வைத்து அவர் கைது செய்யப்பட்டார். இந்திய உளவுப் பிரிவான (RAW) உடன் சேர்ந்து வே. பிரபாகரனைக் கொலை செய்யவும் புலிகள் இயக்கத்தைக் கைப்பற்றவும் திட்டமிட்டதாகவும் அவர் மேல் குற்றம் சாட்டப்பட்டது. அனைத்துக் குற்றச்சாட்டுகளும் நிரூபிக்கப்பட்டு 1994ஆம் ஆண்டு டிசம்பர் மாதம் 28ஆம் திகதி அவருக்கு மரண தண்டனை விதிக்கப்பட்டது.

மாத்தையா கைதான தகவல் அறிந்தவர்கள் கூட தாங்கள் ஏன் அங்கே அழைக்கப்பட்டிருக்கிறோம் என்பதை அறிந்திருக்கவில்லை. மாத்தையாவின் படையில் இருந்தவர்களும் புலிகள்தான் என்பதை மட்டுமே அறிந்திருந்தவர்களுக்கு அதில் தங்கள் குடும்பத்தவர்கள் இருப்பது தெரிந்திருக்கவில்லை. அவர்கள் தற்போது தேசத்துரோகக் குற்றச்சாட்டுக்கு உள்ளாகியிருப்பது குறித்து அறவே அறிந்திருக்கவில்லை.

திரையில் நாக்கு வறண்டு கண்கள் வற்றிப்போய் பேசிக்கொண்டிருந்தது மாத்தையா மட்டும்தான். ஓம், தலைவரைச் சந்திக்க பிஸ்டலுடன் செல்லும் அதிகாரத்தைக் கொண்டிருந்த ஒரேயொரு நபரான அதே மாத்தையாதான்.

அன்னாவின் மனுசன் உட்பட யாரும் திரையில் கடைசி வரையில் தோன்றவில்லை. மாத்தையா தனது படையுடன் கைது செய்யப்பட்டபோது அவருடைய கையில் இருந்த நவீனரக பிஸ்டல் விடுதலைப்புலிகளுனுடையதில்லை. ஆதாரங்களை அடுக்கி வைத்ததில் பதில் பேசமுடியாது போனது. இருந்தபோதிலும் இது மிகவும் முக்கியமான செய்தியாக வரலாற்றில் இடம் பெறும் என்பதால் விசாரணைகள் நீண்டகாலமாக நடந்தது.

அன்றைக்கு அன்னா வீடு திரும்பிய இரவும் இதுபோல இருண்டுதான் கிடந்தது.

"இனி நீ தான் தம்பி எல்லாம்."

மூத்தவனை இறுக்கி அணைத்துக்கொண்டு அதை மட்டும் திரும்பத் திரும்பச் சொல்லிக் கொண்டாள்.

ஐந்து வயதானாலும் இளையவன் இன்னும் சீலைத் தலைப்பை சூப்பிக்கொண்டுதான் கிடந்தான். அடுத்தநாள் காலையில் முதலில் வந்த செய்தி மாத்தையாவைச் சந்திக்க

அவருடைய மனுசி மறுத்துவிட்டாள் என்பதுதான். தன்னுடைய மனுசன் அந்த வரிசையில் எத்தனையாவது ஆள் என்றும் அன்னாவுக்குத் தெரியவில்லை.

என்ன செய்வது என்று யோசித்துக்கொண்டிருந்தவள் மாத்தையாவின் மனுசி எடுத்த முடிவுதான் தனக்கும் சரியானது என்று மட்டும் நம்பினாள். தலைமை வரையும் மாத்தையாவைச் சந்திக்க வேண்டியது அவருடைய இறுதி விருப்பம் என்று கூறியபோதிலும் அந்தச் சந்திப்பு நிகழவில்லை.

சீலைத் தலைப்பைப் பற்றிப்பிடித்துக்கொண்டு திரிந்த மூத்தவனின் தலையைத் தடவிக்கொடுத்துக் கொண்டே "விருப்பம் இல்லை" என்பதை மட்டும் மறுமொழியாகத் தலைமைக்குத் தெரிவித்தாள். அத்தோடு எல்லாம் முடிந்து போய்விடும் என்று அவள் நினைக்கவில்லை என்றாலும் முடிந்து போகவேண்டும் என்றுதான் விரும்பினாள்.

சொந்த வீட்டுக்கு அவள் போனதும் அந்த நம்பிக்கையில் தான். கேற்றில் வைத்து அப்பா தடுத்து நிறுத்தியதை சொந்த அம்மாவும் வாசற்படியில் நின்று பார்த்துக்கொண்டுதான் நின்றாள்.

"உங்களோடட ஒழியட்டும் இந்தப் பாவம்."

அப்பா சொன்னது துரோகத்தைத்தான் என்று அவளால் விளங்கிக்கொள்ள முடிந்தது. அதில் தன் பங்கு என்னவென்றோ தன்னுடைய குழந்தைகளின் பங்கு என்னவென்றோதான் அவளுக்கு கொஞ்சமும் விளங்கவில்லை. மனுசன் இயக்கத்தில் இருக்கிறார் என்று தெரிந்து கொண்டவள், அவர் புலிகள் இயக்கத்தில் இருக்கிறார் என்பதையே காதல் திருமணத்திற்குப் பிறகுதான் தெரிந்துகொண்டாள். அப்பாவும் முன்னின்று தானே

திருமணத்தை நடத்தினார் என்பதை மீண்டும் மீண்டும் நினைத்துக் கொண்டாள்.

அவர் இயக்கத்தில் யாருடன் நிற்க வேண்டும் என்று முடிவெடுப்பது யார்? மாத்தையா துரோகம் செய்வார் என்று அவர் மனுசனுக்கு எப்படித் தெரியும்? மாத்தையா பெயர்தான் தெரியப் போகின்றது தன்னுடைய மனுசன் பெயர் யாருக்குத் தெரிய போகின்றது என்று நினைத்துக் கொண்டாள். நினைப்பதை எல்லாம் பேசவும் முடியவில்லை. வலுக்கட்டாயமாக எதையும் செய்யும் சூழல் அன்றைக்கு இருக்கவில்லை. எல்லாவற்றையும் இயக்கம்தான் பார்த்துக் கொண்டது.

ஓம், இருண்ட வீடுகளின் ஒளியாகவும் அவர்கள்தான் இருந்தார்கள்.

மனுசன் காணாமல் போன நாளில் இருந்து அன்னாவும் காணாமல் போயிருந்தாள். இடம் பெயர்வுகளில் வாழ்க்கையும் காணாமல் போய்க் கொண்டிருந்தபோதுதான் அன்னா கிளிநொச்சியை அண்டி வந்து சேர்ந்தாள். அவளுக்கு கிளிநொச்சியில் கிடைத்த முதல் செய்தியே மாத்தையாவின் குடும்பம் அங்கு வாழ்கின்றது என்பதுதான்.

வாழ்க்கையை எங்கு தொலைத்தோமோ அங்குதானே தேட வேண்டும் என்று யாரோ சொல்லிச் சென்றது அன்னாவுக்கு பொருந்திப் போனது உண்மை.

இருளின் நீளம்கூட மனதின் துணைக்கொண்டு நீளுமோ என்ற எண்ணமும் அவள் மனதில் எழுந்திருந்தது.

இரவும் நீண்டு சென்றது.

10

*தா*னியங்களைப் புறாக்களுக்கு தானம் கொடுத்துவிட்டு வானம் பார்த்து விரிந்திருக்கும் உள்ளங்கை போல ஊர் உதிர்ந்து தனித்திருந்தது.

அன்னாவுக்கு நினைவுகள் மட்டும் சிதறிக் கிடந்து உறுத்திக் கொண்டிருந்தன. என்ன? யார்? என்று அறியாமலா இத்தனை பொறுப்புகளைக் கொடுத்தார்கள். என்னையும் அறியாமல் உள்வீழ்ந்து போன நல்லுள் எப்படித்தான் வாய்த்ததோ தெய்வமே என்று மனதை ஆறுதல்படுத்திக் கொண்டாள். மூத்தவன் இயக்கத்திற்குப் போனபோதும் வீழ்ந்து வித்துடலாகி வந்தபோதும் எழுந்து உள்ளதில் நின்றாடிய கர்வம் யார் கொடுத்தது?

இருளுக்குள் ஊர் மூழ்கியிருந்த கணத்தில் கதவடைத்து யாரைத் தடுக்க? யாருமற்ற ஊரில் வந்து சுகம் கேட்க நினைவுகள்தானே மிச்சமுண்டு.

"நினைவுகளைக் கொண்டு நாட்டையும் கட்டலாம். கோட்டையையும் வீழ்த்தலாம்."

மாவீரர் நாளில் எழுதிய கட்டுரைக்கு தலைவரிடமிருந்து வந்த பாராட்டுக் கடிதத்தை எடுத்து இடுப்பில் முடிந்துகொண்டது ஊருடன் சேர்ந்து கிளிநொச்சியை விட்டுப் போகத்தானே. எது தடுத்தது? எனை யார் தடுத்தது? "வாங்க.. வாங்க.." என்று இழுத்துக்கொண்டு போனவர்களை ஏய்த்துக்கொண்டு வந்து நிற்பது என்னையும் ஏய்க்கத்தானோ!

வளவுக்குள் குதிக்கும் காலடிகளின் ஓசையை கண்மூடிக் கேட்டுக்கொண்டாள். இன்னும் துல்லியமாக மீண்டும்

நினைத்துப் பார்த்தாள். இது ஒரு போராளியின் நிலத்தடிகள்தான்.

“அன்னம்மா வெளியே வராதே. இராணுவம் வரும் துர்நாற்றம் சூழ்ந்திருக்கின்றது” என்று கேட்ட குரல் மூத்தவனுடையது தான்.

வாசல் வரை எழுந்தோடி வந்த கால்கள், பூட்டிய கதவின் உள்ளே நிலைத்தடுமாறி நின்றிருந்தன. முகத்தைக் குளிர் ஏறி வந்த உள்ளங்கைகளால் ஒத்தித் துடைத்துக்கொண்டு குரல் எழுப்பும் முன்னே மீண்டும் அந்தக் குரல்.. அதே வீச்சில் வந்து வீட்டில் மோதியது.

“அம்மா.. வெளியால வராதேங்கோ.. நான் இங்கதான் நிக்கிறன்.”

“மகன் மகன்..”

பொங்கிவந்த அழுகையை அடக்கிக்கொண்டு உடல் குறுக்கிக் குந்தியிருந்தாள்.

“நான் கடைசி வரைக்கும் சண்டை போடுவனை.”

அக்குரலில் இருந்த கர்வம் அவள் முதுகில் மீளவும் நிமிர்ந்தது.

வானத்தில் பறந்து போன எறிகணைகள் எல்லாம் நிலத்தை உலுக்கிப் போனது. வீடும் மண்ணோடு விழுந்துவிடும் போல இருந்தாலும் அன்னா நடுவீட்டில் இருந்து கொஞ்சமும் அசைந்திருக்கவில்லை. வாசல் வரையில் வந்து போகும் காலடிகளின் இடையில் பதகளிப்பு நிறைந்திருந்தது. கதவுகளில் ஊடுருவிய அந்தக் குரலில் இனம் புரியாத உணர்வு.

“அம்மா உன்னட்டை இயக்கம் குப்பி மட்டும் தானே தந்தது.”

என்ன சொல்வதென்று தெரியாமல் தலையை நிமிர்த்திட மனம் வரவில்லை. யாரும் சொல்லியிருக்க மாட்டார்கள் என்றாலும் மகனும் இயக்கம் தானே என்று கர்வம் கொண்டு அடிமடியைத் தடவிக் கொடுத்தாள். மகனைத் தடவிக்கொண்டு கைகளில் இருந்த குளுமையை அடிமடியில் உணர்ந்தாள்.

"நான் முன்னால போறன்..."

கத்திக்கொண்டு ஓடியவன் பின்னால் ஒரு எறிகணையின் தாக்கம் வந்து உலுப்பிப் போனது. கதவு அதிரத் துடித்து நின்றது தாய்நிலம்.

அன்னா, கவச வாகனங்களின் எறிகணை வீச்சுக்களை அருகில் கேட்டிருந்தாள். எப்படியும் ஒரு கிலோமீட்டருக்குள் இராணுவம் வந்திருக்கும். அடிக்கடி மடியைத் தடவிக்கொண்டு இரண்டு சுவருக்குள் அடைந்துகொண்டு சுற்றிச் சுற்றி வந்தாள்.

"அம்மா.. தம்பி எங்கையனை.."

அக்குரலில் தாகம் எட்டிப் பார்த்தது. என்ன சொல்வது என்று யோசித்துக்கொண்டு கதவோடு உடல் சாய்த்து நின்றாள்.

"அவன் தலைவரோட தான். நீ அவனைப் பார்க்கேலாது."

என்று சொல்லிக்கொண்ட வார்த்தைகள் நிறவுபெறும் முன்னே அவனே பதில் வார்த்தை சொன்னான்.

"நான்தானே அவனைத் தலைவரோடையே நிக்கச் சொன்னனான்."

இதுவரை அவன் குரலில் இல்லாத கம்பீரம் எட்டிப் பார்த்தது.

"நான் நிக்கிறன்தானே உன்னோட.. அவன் தலைவரோடையே நிக்கட்டுமணனணை."

அப்பதில் கதவுக்கு தொலைவாகிப் போய்க்கொண்டிருந்தது.

"இயக்கத்தைச் சந்தேகப்படுறியே..?"

அக்குரலை அடையாளம் கண்டுகொள்ள அன்னாவுக்கு நொடிகள் கூடத் தேவைப்படவில்லை.

"நீ இயக்கத்தின்ர கட்டையை மீறி விட்டாய்."

கண்டிப்புத் தோய்ந்த குரல் கபிலனுடையதாக மட்டுமே இருக்க முடியும். கபிலனுக்கு முன்னால் எப்போதும் நிற்பது போல தலையை நிமிர்த்தி நின்றாலும், 'உடலில் பழைய தெம்பில்லை' என்று அவளுக்கு வாய்விட்டுச் சொல்லவேண்டும் போல இருந்தது.

"நீ இயக்கத்தைச் சந்தேகப்படுறியா?"

அவ்வார்த்தைக்குப் பின்னால் ஒரு நீண்ட மௌனம் சூழ்ந்திருந்தது. அந்த மௌனத்தை உடைக்க அன்னா காத்திருந்தாள்.

கபிலனின் குரலே அந்த மௌனத்தை உடைத்தது.

"சந்தேகப்பட்டால்தானே இயக்கம். நிழலையும் சந்தேகப் படுவம். உன்ர மகன் மூத்தவன்ர வித்துடலைப் பார்க்க எப்படியும் வருவான் எண்டு நீர் நினைச்சிருந்தால் அதில பிழையொண்டும் இல்லை. அவன் தலைவரோட சிறப்புப் படையணி ஆள். அவன் இங்கையே இருக்கேல்லை. அவன் அயர்லாந்தில் படிச்சுக்கொண்டு இருந்தது உனக்கு மட்டும் இல்லை ஊரில் ஒருத்தருக்கும் தெரியாது. அவனில கவனம் எடுத்துப் படிக்க வச்சது தலைவர்தான். அவன் பெரிய படிப்பாளி அன்னா."

தளர்ந்து கொண்டிருந்த கால்களில் தெம்பில்லை என்றாலும் அன்னாவுக்கு இன்னும் நிமிர்ந்து நிற்கத் தோன்றியது.

"மாசம் தவறாமல் உன்னைப் படம் பிடிச்சு மகனுக்கு அனுப்பினதும் நாந்தான். அந்தப் பொறுப்பும் எனக்கு இருந்தது. பொறுப்பதைத் தந்தது உன்ர மகன் இல்லை. இயக்கம்தான். உன்னட மகனைப் படிக்க வச்சுக் கொண்டிருந்தது அந்த இயக்கம்தான். சந்தேகப்படுறியா என்னையும்? சந்தேகப்படுறது தானே இயக்கம். தன்னுடைய நிழலையும் சந்தேகப்படுறவன் தான் போராளியாகவே இருக்க முடியும். உயிரோட இருக்கிற போராளியையும் மாவீரன் ஆகிவிட்டான் என்று சொல்ல வேண்டிய தேவையும் வரும். அதுதான் இயக்கத்தில் இருக்கிற பெரிய பிரச்சினை."

தளர்ந்து கொண்டிருந்த கால்களைக் கட்டுப்படுத்திக் கொள்ள முடியாமல் கதவின் நிலைகளை நோக்கி நகர்ந்து போய்க் கொண்டிருந்தது ஊமையாகி நின்றிருந்த சோர்ந்த உடல். இன்னும் பேசினாலும் கேட்டுக் கொண்டிருக்கும் மனம் வாய்த்திருந்தபோது அங்கு சூனியமான மௌனம் சூழ்ந்து கொண்டது.

இருளைத் தள்ளிக்கொண்டு கதவைத் திறந்தது காக்கா தான். அது மகன் இல்லை என்ற ஏமாற்றத்தை எப்படி மறைப்பது என்று தெரியாமல் வாசலைக் கடந்து ஓடியவள் படலையைப் பற்றிப் பிடித்துக்கொண்டு நின்றாள்.

"மக்கள் முன்னால போறாங்கள். போய்த்தானே தீரோணும்."

காக்காவின் குரலில் என்றும் இல்லாத கம்பீரம். எறிகணை ஒன்று உரசிப் போன தீ கூரையில் புகைந்தது.

"உள்ளே பாதுகாப்பில்லை."

சொல்லிக்கொண்ட காக்கா வாசல் சுவரில் சாய்ந்து கொண்டார். தீயும் புகையும் கமன்றுகொண்டு கந்தக துர்நாற்றத்தைக் காற்றில் பரப்பியது. சீலைத் தலைப்பால் முகத்தை மூடிக்கொண்டு வீட்டின் உள்ளே போனவள் அடிமடியையும் அடிக்கொரு முறை தடவிக் கொண்டாள்.

"விடியமுதல் இராணுவம் வரும் போல இருக்கு. நாங்களும் விடியமுதல் போகத்தான் வேணும்."

சொல்லிக் கொண்டிருந்த காக்காவின் பஞ்சுப்பாதங்களை அன்னாவால் பார்க்க முடிந்தது.

"உன்னால எவ்வளவு நேரம் தாக்காட்டேலும்? நீயும் வாறியே போவம்."

இப்போது கேட்ட குரலில் ஏதோவொரு மாற்றம். காலத்தை உணர்ந்த மாற்றம். கலங்கிக் கேட்டாலும் எத்தனைத் துலக்கமான கேள்வி!

"ஹுசைன் குரல் உனக்குக் கேட்குதா?"

காக்காவின் கேள்விக்குக் குழம்பிப் போய்த் தலையாட்டினாள்.

"இமாம் ஹுசைன் நான் ஆசையா வச்சப் பெயர். காயப்பட்டிருப்பான் போல தெரியுது. இன்னும் எத்தனை முறை என்ர மக்களைக் கொல்லப் போறாங்கள்."

அன்னாவுக்குப் பொறுக்கவில்லை எழுந்தோடி வந்து வாசலில் பார்த்தாள். காக்காவின் இருள் பிளந்த காலடிகள் படலையைக் கடந்து பறந்தோடிக் கொண்டிருந்தன. அப்போது காற்றைக் கிழித்துக்கொண்டு வந்த எறிகணை மண்ணைக் குலைத்து வீசியது. அடுத்தடுத்து வந்த செல்களுக்கு நிலம் அலறியது.

வீதியில் விழுந்து வெடித்த செல்லுக்கு மண்ணோடு சாய்ந்த அன்னா வீட்டுக்குள் கேட்ட ஓலத்தில்தான் கண் முழித்தாள். மகனின் உடலைக் கிடத்திவிட்டுக் கதவின் நிலையில் சாய்ந்திருந்தார் காக்கா.

"உன்ர மகன்தான்."

அவர் சொல்லும் வரையில் அன்னாவுக்கு உடலில் துடிப்பில்லை.

"தொட்டுப் பார்க்காத தாங்க மாட்டான் பெடியன்."

சொல்லிக்கொண்டு தொப்பியைக் கழட்டி முற்றத்தில் வீசினார். ஒரு கணம் ஒளிர்ந்து அடங்கிச் சுருண்டு மண்ணில் புகுந்தது தொப்பி.

அன்னாவுக்கு அடையாளம் தெரியாமல் பொசுங்கிப் போயிருந்த மகனின் உடலில் குரலும் உடைந்திருந்தது. தொடுவதற்கு எத்தனித்தபோது உடல் அதிர்ந்து நடுங்கியது. உடலில் இருந்து உயர்ந்து உயர்ந்து அடங்கிக் கொண்டிருந்த ஒளியில் வெப்பம் பரவியிருந்தது. முகத்தை மட்டும் எட்டியெட்டிப் பார்த்துக்கொண்டாள்.

ஒளி கொஞ்சம் கொஞ்சமாகப் பரவியதில் வீடு முழுவதும் நிறைந்து போனது. பரவசத்துடன் மகனையே வெறித்திருந்த கணத்தில் இருள் மீண்டும் ஒளியை விழுங்கத் தொடங்கியது.

அடிமடியில் கிடந்த மகவைத் தடவிக்கொடுத்த கரங்களில் இப்போது சூடு பரவிக் கொண்டிருந்தது. அனலின் வீச்சுக்கு கண்களைச் சுருக்கிக்கொண்டு பலவீனமான உள்ளங்கைகளை மகனின் தலைக்கு மேல் வைத்தாள். வீட்டை இருள் சூழவும் வானின் ஒளி பாயவும் சரியாக இருந்தது. கூரையில் வந்து விழுந்த தணல் அடர்ந்த செல்களில் சிதிலமாகிப் போனது வீடு. தூரத்தே பார்த்திருந்த காக்காவின் விழிகளில் கருணையின் நீர் வழிந்தோடியது.

"இன்ஷா அல்லாஹ்... அவளும் மகனிடம் சேர்ந்து விட்டாள்..."

ஒரு கணம் தலையைக் குனிந்துகொண்டு நின்றவர், ஒளியை இழந்து மறைந்துகொண்டிருந்த உடல்களைக் கடந்து இராணுவம் வரும் பாதையில் மூன்று சகாக்கள் சூழ காயங்களுடன் முன்னேறிக் கொண்டிருக்கும் மகனை நோக்கி ஓடத் தொடங்கினார்.

அவர்களுக்கு முன்னே கூல் கிளிண்டனும் முகமூடி ராசனும் கடும் சமராடிக் கொண்டிருந்தார்கள்.